TRANZLATY

La Langue est pour tout le Monde

Tungumál er fyrir alla

La Métamorphose

Umskiptin

Franz Kafka

Français
Íslenska

www.tranzlaty.com

Première partie
Fyrsti hluti

Gregor Samsa se réveilla un matin après des rêves agités.

Gregor Samsa vaknaði einn morguninn eftir órólega drauma.

Il se retrouva dans son lit, incapable de bouger.

Hann fann sig í rúminu sínu en gat ekki hreyft sig.

Il avait été transformé en un monstre vermineux.

Hann hafði umbreyst í hræðilegt meindýr.

Il était allongé sur le dos, une carapace dure comme une armure.

Hann lá á bakinu, sem var hart eins og brynja.

En relevant légèrement la tête, il pouvait voir son ventre.

Með því að lyfta höfðinu örlítið gat hann séð magann á sér.

Mais son ventre était bombé et divisé en segments.

En magi hans var hvolfdur og skiptur í hluta.

La couverture reposait sur son ventre arrondi.

Teppið hvíldi ofan á kringlóttum maga hans.

Mais la couverture était sur le point de glisser complètement.

En teppið var nærri því að renna alveg niður.

Ses jambes étaient pitoyables comparées à leur taille habituelle.

Fætur hans voru aumkunarverðir miðað við venjulega stærð þeirra.

Et ses nombreuses pattes s'agitaient impuissantes devant ses yeux.

Og hinir mörgu fætur hans titruðu hjálparvana fyrir augum hans.

« Que m'est-il arrivé ? » se demanda-t-il.

„Hvað hefur komið fyrir mig?" hugsaði hann með sjálfum sér.

Mais ce n'était pas un rêve dont il ne pouvait se réveiller.

En þetta var ekki draumur sem hann gat ekki vaknað af.

Il se trouvait bel et bien dans sa propre chambre.

Þetta var í raun hans eigið herbergi sem hann var í.

Une vraie chambre pour des humains, mais un peu trop petite.

Alvöru herbergi fyrir menn, en bara aðeins of lítið.

Il gisait tranquillement entre les quatre murs bien connus.

Hann lá kyrrlátur á milli fjögurra þekktra veggja.

Sur la table se trouvait une collection d'échantillons de textiles.

Á borðinu var safn af textílsýnum.

Samsa était un vendeur ambulant, d'où les échantillons.

Samsa var ferðasölumaður, þaðan koma sýnishornin.

Au-dessus des échantillons de textile désassemblés se trouvait une image.

Fyrir ofan sundurtekin textílsýnin var mynd.

Il avait récemment découpé la photo dans un magazine.

Hann hafði nýlega klippt myndina út úr tímariti.

Il avait placé le tableau dans un joli cadre doré.

Hann hafði sett myndina í fallegan, gullhúðaðan ramma.

Le tableau encadré représentait une dame assise bien droite.

Innrammaða myndin sýndi konu sitjandi upprétta.

Elle portait un chapeau de fourrure et un manchon de fourrure.

Hún var með loðhúfu og loðmúffu.

Elle levait la main en direction du spectateur.

Hún rétti upp höndina í átt að áhorfanda myndarinnar.

Son avant-bras entier disparaissait dans son épais manchon de fourrure.

Allur framhandleggur hennar hvarf í þungum loðmúffunni hennar.

Gregor regarda par la fenêtre le temps maussade.

Gregor horfði út um gluggann á leiðinlega veðrið.

On pouvait entendre les grosses gouttes de pluie frapper la fenêtre.

Maður heyrði þunga regndropa lenda á glugganum.

Le temps gris le rendait très mélancolique.

Grátt veður gerði hann mjög dapur.

« Et si je dormais un peu plus longtemps ? » pensa-t-il.

„Hvað með að ég sofi aðeins lengur?" hugsaði hann.

« Dormir davantage m'aiderait peut-être à oublier ces bêtises. »

„Meiri svefn gæti hjálpað mér að gleyma þessu rugli."

Mais dormir plus longtemps était totalement impossible.

En að sofa lengur var algjörlega ómögulegt.

Parce qu'il avait l'habitude de dormir sur le côté droit.

Því hann var vanur að sofa á hægri hliðinni.

Mais son état actuel l'empêchait d'effectuer ses mouvements habituels.

En núverandi ástand hans kom í veg fyrir venjulegar hreyfingar hans.

Il n'avait aucun moyen de se retrouver dans cette situation.

Hann hafði enga leið til að koma sér í þessa stöðu.

Il fit de son mieux pour se jeter sur son côté droit.

Hann reyndi sitt besta til að kasta sér á hægri hliðina.

Il a probablement tenté ce mouvement une centaine de fois.

Hann reyndi þessa hreyfingu líklega hundrað sinnum.

Mais il revenait toujours en position couchée sur le dos.

En hann vaggaði sér alltaf aftur upp í baklegu stöðuna.

Il ferma les yeux pour ne pas voir ses jambes qui s'agitaient.

Hann lokaði augunum til að sjá ekki ókyrrðar fætur hans.

Finalement, la douleur l'a empêché de réessayer.

Að lokum komu verkirnir í veg fyrir að hann reyndi aftur.

Une douleur sourde au flanc qu'il n'avait jamais ressentie auparavant.

Daufur verkur í síðunni sem hann hafði aldrei fundið fyrir áður.

« Oh mon Dieu », pensa désespérément Gregor Samsa.

„Ó, guð minn," hugsaði Gregor Samsa örvæntingarfullur með sjálfum sér.

« Quel métier pénible j'ai choisi ! »

"Hvílíkt erfið starfsgrein sem ég hef valið mér!"

« Je dois voyager tous les jours pour le travail. »

„Dag eftir dag þarf ég að ferðast um í vinnunni."

« Le travail de bureau est beaucoup plus facile que le travail sur la route. »

„Skrifstofuvinna er miklu auðveldari en að vinna á veginum."

« Et j'ai la malédiction de devoir voyager constamment. »

„Og ég hef þá bölvun að þurfa að ferðast um."

« Toutes ces inquiétudes liées au fait d'être à l'heure pour les trains. »

"Allar áhyggjurnar af því að vera á réttum tíma fyrir lestirnar."

« Mes horaires de repas sont irréguliers et la nourriture est mauvaise. »

„Matartímarnir mínir eru óreglulegir og maturinn er vondur."

« Mes amis changent constamment de ville. »

"Vinir mínir eru alltaf að skipta um bæ."

« Mes interactions sont froides et professionnelles. »

„Samskipti mín eru köld og fagmannleg."

«Que le diable s'amuse avec ce genre de travail !»

"Leyfðu djöflinum að skemmta sér með þess konar verki!"

Il ressentit une légère démangeaison en haut de l'estomac.

Hann fann fyrir vægum kláða efst á maganum.

Il s'appuya contre le montant du lit, le dos contre le sol.

Hann þrýsti sér upp að rúmstokknum, með bakinu.

Il voulait pouvoir mieux lever la tête.

Hann vildi geta lyft höfðinu betur.

Il a trouvé l'endroit qui le démangeait.

Hann fann kláðablettinn sem var að angra hann.

Sa tête semblait recouverte de petits points blancs.

Höfuð hans virtist vera þakið litlum hvítum punktum.

Il ne pouvait pas dire ce que représentaient ces petits points blancs.

Hvað þessir litlu hvítu punktar voru gat hann ekki sagt.

Il avait prévu de toucher l'endroit avec une de ses jambes.

Hann hafði ætlað að snerta blettinn með öðrum fætinum.

Mais lorsqu'il toucha l'endroit, il ressentit un étrange frisson.

En þegar hann snerti blettinn fann hann undarlegan kulda.

Il a donc immédiatement retiré sa jambe.

Svo dró hann strax fótinn frá staðnum.

Il n'avait d'autre choix que d'accepter cette sensation de démangeaison.

Hann hafði ekkert annað val en að sætta sig við kláðatilfinninguna.

Et il reprit sa position initiale dans le lit.

Og hann fór aftur í fyrri stellingu sína í rúminu.

«Se réveiller si tôt rend vraiment stupide.»

„Að vakna svona snemma gerir mann alveg heimskulegan."

« Un homme doit dormir suffisamment », pensa-t-il.

„Maður verður að sofa nægilega vel," hugsaði hann með sjálfum sér.

« Les autres représentants de commerce mènent une vie de luxe. »

„Hinir ferðasölumennirnir lifa í lúxus."

« Le matin, je transfère les ordres que j'ai reçus. »

"Að morgni flyt ég pantanirnar sem ég hef fengið."

« Pendant ce temps, ces messieurs prennent encore leur petit-déjeuner. »

"Á meðan eru þessir herrar enn að borða morgunmat."

« Imaginez un peu si j'essayais de faire ça avec mon patron. »

„Hugsaðu þér bara ef ég reyndi að gera þetta við yfirmanninn minn."

«Il me licenciait avant même que j'aie fini mon petit-déjeuner.»

„Hann myndi reka mig áður en ég væri búinn með morgunmatinn."

« Mais ce ne serait peut-être pas le pire non plus. »

„En kannski væri það heldur ekki það versta."

«Le problème, c'est que mes parents me freinent.»

„Vandamálið er að foreldrar mínir halda mér til baka."

« Sans eux, j'aurais déjà démissionné. »

„Ef það hefði ekki verið fyrir þá hefði ég þegar sagt upp störfum."

« J'aurais tenu tête au patron et je lui aurais dit. »

„Ég hefði staðið upp við yfirmanninn og sagt honum frá þessu."

« Je dirais exactement ce que je pense de lui et de son travail. »

„Ég myndi segja nákvæmlega hvað mér finnst um hann og starfið."

« Il tomberait de son bureau si je lui racontais tout ! »

"Hann myndi detta af skrifborðinu sínu ef ég segði honum allt!"

« Sa façon de s'asseoir à son bureau est très étrange. »

„Það er mjög skrýtið hvernig hann situr við skrifborðið sitt."

« Sa façon de parler à ses subordonnés n'est pas correcte. »

„Það er ekki rétt hvernig hann talar við undirmenn sína."

« Et le pire, c'est que son ouïe est très mauvaise. »

„Og það versta er að heyrn hans er svo léleg."

«Vous n'avez donc pas d'autre choix que de vous asseoir très près de lui.»

„Þannig að þú hefur ekkert annað val en að sitja mjög nálægt honum."

« Cela dit, l'espoir n'est pas encore totalement perdu. »

„En þrátt fyrir það er vonin ekki alveg úti enn."

« Je vais économiser cet argent pour rembourser les dettes de mes parents. »

„Ég ætla að spara peningana til að greiða niður skuldir foreldra minna."

« Je ne peux rien faire tant qu'ils lui doivent de l'argent. »

„Ég get ekkert gert á meðan þau skulda honum enn peninga."

« Mais une fois la dette remboursée, je le ferai sans aucun doute. »

„En þegar skuldin er greidd mun ég örugglega gera það."

« Cela prendra probablement encore cinq à six ans. »

„Það tekur líklega fimm til sex ár í viðbót."

« Oui, alors la grande séparation aura certainement lieu. »

„Já, þá verður stóri aðskilnaðurinn örugglega gerður."

« Pour le moment, je dois me lever. »

„En í bili verð ég að fara fram úr rúminu."

« Parce que mon train part à cinq heures. »

„Því lestin mín fer klukkan fimm."

Gregor regarda le réveil qui tic-tac sur la table.

Gregor horfði á vekjaraklukkuna sem tíkkaði á borðinu.

« Père céleste ! » pensa-t-il en regardant l'heure.

„Himneski faðir!" hugsaði hann er hann sá tímann.

Six heures et demie étaient déjà passées sans qu'on s'en aperçoive.

Hálfsjö var þegar hljóðlega liðið og farið.
Et les aiguilles de l'horloge continuaient d'avancer d'elles-mêmes.
Og vísar klukkunnar héldu áfram að færa sig áfram.
Et il était presque sept heures quarante-cinq.
Og nú var klukkan að nálgast korter í sjö.
« Peut-être que le réveil n'a pas sonné ? » pensa-t-il.
„Kannski hringdi vekjaraklukkan ekki til að vekja mig?" hugsaði hann.
Depuis son lit, Gregor inspecta le réveil.
Frá rúminu sínu skoðaði Gregor vekjaraklukkuna.
Le réveil était correctement réglé sur quatre heures.
Vekjaraklukkan var rétt stillt á klukkan fjögur.
Il ne pouvait pas l'expliquer, mais l'alarme avait dû sonner.
Hann gat ekki útskýrt það, en viðvörunarkerfið hlýtur að hafa hringt.
« Comment ai-je pu dormir sans m'en rendre compte après avoir entendu le réveil ? »
"Hvernig gat ég sofið í gegnum vekjaraklukkuna án þess að vita af henni?"
Quand elle sonne, l'alarme fait même trembler les meubles.
Þegar vekjaraklukkan hringir hristir hún jafnvel húsgögnin.
Il savait que son sommeil n'avait pas été du tout paisible.
Hann vissi að svefn hans hafði alls ekki verið friðsæll.
Mais c'est peut-être pour cela que son sommeil était beaucoup plus profond.
En kannski var það ástæðan fyrir því að hann svaf miklu dýpra.
Il devait réfléchir à ce qu'il devait faire maintenant.
Hann þurfti að hugsa um hvað hann ætti að gera núna.
Le train suivant ne partait qu'à sept heures.
Næsta lest fór ekki fyrr en klukkan sjö.
Prendre ce train serait quasiment impossible.
Það væri næstum ómögulegt að ná þeirri lest.
Et il n'avait pas encore emporté les textiles dont il avait besoin.

Og hann hafði ekki enn pakkað þeim textílvörum sem hann
þurfti.
Il ne se sentait pas particulièrement frais et agile non plus.
Hann fannst hann heldur ekki sérstaklega ferskur og lipur.
Il y avait peut-être une chance de monter dans le train.
Kannski var möguleiki á að komast um borð í lestina.
**Mais une réprimande du patron était inévitable de toute
façon.**
En skammar frá yfirmanninum voru óhjákvæmilegar hvort
sem var.
Le commis aurait pris le train de cinq heures.
Afgreiðslumaðurinn hefði farið um borð í lestina klukkan
fimm.
**Le commis de bureau était une créature sans envergure, à la
solde du patron.**
Skrifstofustarfsmaðurinn var hrygglaus skepna yfirmannsins.
L'absence de Gregor aurait donc déjà été signalée.
Þannig að fjarvera Gregors hefði þegar verið tilkynnt.
« Et si je me faisais porter malade ? » se demandait Gregor.
„Hvað ef ég tilkynni mig veikan?" hugsaði Gregor.
Mais ce serait extrêmement embarrassant et suspect.
En það væri afar vandræðalegt og grunsamlegt.
**Gregor n'avait jamais été malade pendant la période où il
avait travaillé là-bas.**
Gregor hafði aldrei verið veikur þann tíma sem hann vann
þar.
Et il leur avait déjà consacré cinq années de service.
Og hann hafði þegar veitt þeim fimm ára þjónustu.
**Il y avait de fortes chances que le patron vienne prendre de
ses nouvelles.**
Líklega myndi yfirmaðurinn koma til að athuga með hann.
**Il amènerait probablement le médecin de l'assurance
maladie.**
Hann myndi líklega koma með sjúkratryggingalækninn.
Et il blâmait les parents pour la paresse de leur fils.
Og hann myndi kenna foreldrunum um lata son sinn.
Ils ne pourraient formuler aucune objection à son égard.

Þeir hefðu ekki getað mótmælt honum neitt.

Car pour lui, il n'y avait que deux sortes de travailleurs.

Því að fyrir hann voru aðeins til tvenns konar verkamenn.

Soit les ouvriers étaient en parfaite santé, soit ils rechignaient à travailler.

Annað hvort voru verkamennirnir fullkomlega heilbrigðir eða vinnufeimnir.

Et aurait-il même tort dans cette analyse de base ?

Og hefði hann jafnvel haft rangt fyrir sér í þeirri grundvallargreiningu?

Assurément, dans ce cas précis, son argument était solide.

Vissulega hafði hann sterk rök í þessu tilfelli.

Malgré son apparence, Gregor se sentait en réalité plutôt bien.

Þrátt fyrir útlit sitt leið Gregor reyndar nokkuð vel.

Ce long sommeil inutile l'avait rendu un peu somnolent.

Óþarfa langur svefn gerði hann dálítið syfjaðan.

Mais à part ça, il ne pouvait pas se plaindre de maladie.

En fyrir utan það gat hann ekki kvartað undan veikindum.

Il ressentait même une faim particulièrement forte et saine.

Hann fann meira að segja fyrir sérstaklega sterkri og hollri hungri.

Tandis qu'il nourrissait ces pensées, l'horloge sonna de nouveau.

Meðan hann hugsaði þessar hugsanir sló klukkan aftur.

Selon l'alarme, il était alors sept heures moins le quart.

Samkvæmt vekjaraklukkunni var klukkan nú korter í sjö.

Et maintenant, on frappa doucement à la porte.

Og nú var líka bankað varlega á dyrnar.

« Gregor », l'appela quelqu'un – c'était sa mère.

„Gregor," kallaði einhver til hans – það var móðirin.

« Il est sept heures moins le quart », a-t-elle confirmé en entendant l'alarme.

„Klukkan er korter í sjö," staðfesti hún vekjaraklukkuna.

« Tu ne voulais pas partir ? » demanda la douce voix.

„Viltu ekki fara?" spurði blíð röddin.

Gregor eut peur en entendant sa voix répondre.

Gregor varð hræddur þegar hann heyrði rödd hans svara.

Sa voix était toujours la même.

Röddin var enn sú rödd sem hann hafði alltaf haft.

Mais une nouvelle sonorité s'était désormais mêlée à sa voix.

En nú var nýtt hljóð blandað inn í rödd hans.

Un couinement douloureux s'échappa également du plus profond de lui.

Djúpt inni í honum heyrðist líka sársaukafullt píp.

Au début, sa voix semblait former des mots avec clarté.

Í fyrstu virtist rödd hans mynda orð með skýrum hætti.

Mais alors, Gregor entendit l'écho mental de sa voix.

En þá heyrði Gregor andlegan bergmál af rödd hans.

L'enregistrement de sa voix s'est interrompu de façon étrange.

Upptakan af rödd hans bilaði á undarlegan hátt.

Et il n'était pas sûr d'avoir bien entendu.

Og hann var ekki viss um hvort hann hefði heyrt rétt.

Gregor éprouvait un profond désir de donner une réponse détaillée.

Gregor fann djúpa löngun til að gefa ítarlegt svar.

Il voulait tout expliquer clairement à sa mère.

Hann vildi útskýra allt skýrt fyrir mömmu sinni.

Mais, compte tenu des circonstances, il devait se limiter.

En miðað við aðstæður þurfti hann að takmarka sig.

Et sa réponse fut beaucoup plus brève qu'il ne l'aurait souhaité.

Og hann svaraði miklu styttra en hann hefði viljað.

"Oui maman, ne t'inquiète pas, merci, je suis déjà levée."

„Já mamma, ekki hafa áhyggjur, takk fyrir, ég er þegar vakandi.“

La porte en bois a probablement contribué à étouffer sa voix.

Tréhurðin hjálpaði líklega til við að kæfa rödd hans.

À l'extérieur, le changement dans la voix de Gregor est resté inaperçu.

Fyrir utan varð ekki eftir neinum breytingum á rödd Gregors.

La mère semblait satisfaite de son explication.

Móðirin virtist ánægð með útskýringu hans.

Et elle repartit aussi discrètement qu'elle était venue.

Og hún fór aftur, alveg eins hljóðlega og hún hafði komið.

Mais cette petite conversation a eu un effet indésirable.

En þetta litla samtal hafði óæskileg áhrif.

Il a attiré l'attention des autres membres de la famille.

Hann vakti athygli annarra fjölskyldumeðlima.

Gregor était toujours chez lui et n'était pas allé travailler.

Gregor var enn heima og hafði ekki farið til vinnu.

Et maintenant, le père frappa lui aussi à la porte de côté.

Og nú bankaði faðirinn einnig upp á hliðardyrnar.

Il frappa faiblement, mais avec détermination, du poing.

Hann bankaði máttlaust, en ákveðinn, með hnefanum.

« Gregor, Gregor », appela-t-il, « quel est le problème ? »

„Gregor, Gregor,“ kallaði hann, „hvað er að?“

Au bout d'un moment, il avertit de nouveau d'une voix plus grave.

Eftir smá stund varaði hann aftur við með dýpri röddu.

Mais la sœur frappa alors à la porte de l'autre côté.

En á hinum megin við dyrnar bankaði systirin nú.

« Gregor ? Tu ne te sens pas bien ? » demanda-t-elle doucement.

„Gregor? Líður þér ekki vel?“ spurði hún lágt.

« Avez-vous besoin de quelque chose ? » demanda-t-elle, inquiète.

„Er eitthvað sem þú þarft?“ spurði hún áhyggjufull.

Gregor a répondu aux deux parties : « J'ai déjà terminé. »

Gregor svaraði báðum aðilum: „Ég er búinn.“

Il avait fait de son mieux pour prononcer tous les mots avec soin.

Hann hafði gert sitt besta til að bera öll orðin vandlega fram.

Et il a gommé tout ce qui était ostentatoire dans sa voix.

Og hann fjarlægði allt áberandi í rödd sinni.

Le père semblait également satisfait de la réponse.

Faðirinn virtist líka ánægður með svarið.

Et il retourna à son petit-déjeuner inachevé.

Og hann sneri aftur til ókláraðs morgunverðar síns.

Mais la sœur murmura : « Gregor, ouvre la bouche, je t'en supplie. »

En systirin hvíslaði: „Gregor, opnaðu, ég bið þig."

Mais son inquiétude à son égard ne parvenait en rien à l'émouvoir.

En umhyggja hennar fyrir honum gat ekki hrært hann á nokkurn hátt.

Gregor n'avait aucune intention de lui ouvrir la porte.

Gregor hafði engan áhuga á að opna dyrnar fyrir henni.

Ses voyages lui avaient permis d'acquérir certaines habitudes de prudence.

Hann hafði tileinkað sér nokkra varkárnisvenjur af ferðalögum.

Et il se félicita d'avoir verrouillé les portes.

Og hann hrósaði sjálfum sér fyrir að hafa læst dyrunum.

Il voulait d'abord se lever tranquillement, à son propre rythme.

Fyrst vildi hann vakna rólega á sínum tíma.

Et, sans être dérangé, il voulut s'habiller.

Og án þess að láta trufla sig vildi hann klæða sig.

Cela étant fait, il voulut ensuite prendre son petit-déjeuner.

Þegar því var lokið langaði hann svo að fá sér morgunmat.

Ce n'est qu'alors qu'il a souhaité examiner la situation plus en détail.

Þá fyrst vildi hann íhuga stöðuna nánar.

Il savait qu'il était inutile de faire des projets au lit.

Hann vissi að það var engin ástæða til að gera áætlanir í rúminu.

Il serait impossible de parvenir à une conclusion sensée.

Það væri ómögulegt að komast að skynsamlegri niðurstöðu.

Il lui était déjà arrivé de se réveiller avec de légères douleurs.

Það höfðu verið önnur skipti sem hann vaknaði með væga verki.

Ces douleurs se sont toujours révélées être de pures inventions de l'imagination.

Þessir verkir reyndust alltaf vera hrein ímyndun.

En me levant du lit, la douleur disparaissait invariablement.

Þegar farið var fram úr rúminu hvarf sársaukinn alltaf.

Il était curieux de voir ce qu'il adviendrait de ces idées.

Hann var forvitinn að sjá hvað yrði úr þessum hugmyndum.

Le changement de sa voix était probablement dû à un rhume.

Breytingin á rödd hans var líklega bara vegna kvefs.

Le rhume est un risque professionnel courant pour les voyageurs.

Kvef er bara atvinnuhætta fyrir ferðalanga.

Il ne doutait pas que c'était l'explication logique.

Hann efaðist ekki um að þetta væri rökrétta skýringin.

Il s'est facilement dégagé de la couverture.

Það var auðvelt að ná teppinu af sér.

Il lui suffisait d'inspirer et de se gonfler.

Hann þurfti bara að anda að sér og blása upp í sig loftið.

La couverture glissa de son corps et tomba sur le sol.

Teppið rann af líkama hans og niður á gólfið.

Son corps incroyablement large rendait d'autres choses difficiles.

Ótrúlega breiður líkami hans gerði annað erfitt.

Il aurait eu besoin de bras et de mains pour se tenir debout.

Hann hefði þurft handleggi og hendur til að standa upp.

Mais il n'avait plus les membres qu'il avait autrefois.

En hann hafði ekki þá útlimi sem hann hafði áður.

Au lieu de bras et de mains, il avait plein de petites jambes.

Í stað handleggja og handa hafði hann fullt af litlum fótleggjum.

Et ses jambes bougeaient sans cesse, sans qu'il puisse les contrôler.

Og fætur hans hreyfðust stöðugt, án þess að hann hefði stjórn á þeim.

Il a essayé de plier une jambe, mais au lieu de cela, elle s'est étirée.

Hann reyndi að beygja annan fótinn en í staðinn teygðist hann.

Il parvint finalement à contrôler une jambe.

Loksins tókst honum að ná stjórn á öðrum fætinum.

Mais ensuite, le mouvement des autres pattes a été libéré.

En þá losnaði hreyfingin á hinum fótunum.

Et toutes ses jambes frémissaient d'excitation extrême.

Og allir fætur hans kipptust til af mikilli spenningi.

Il a d'abord voulu sortir le bas de son corps du lit.

Fyrst vildi hann ná neðri hluta líkamans úr rúminu.

Mais il n'avait pas encore vu le bas de son corps.

En hann hafði í raun ekki séð neðri hluta líkamans ennþá.

Et de toute façon, déplacer cette pièce s'est avéré trop difficile.

Og það reyndist of erfitt að færa þennan hluta hvort eð er.

Finalement, de toutes ses forces, il fit un geste audacieux.

Loksins, með öllum sínum kröftum, gerði hann eina villta hreyfingu.

Sans plus hésiter, il s'avança.

Án frekari hikunar færði hann sig áfram.

Mais il avait choisi la mauvaise direction.

En hann hafði valið ranga átt að fara í.

Il s'est violemment cogné le corps contre le montant inférieur du lit.

Hann sló líkama sínum harkalega á neðri rúmstokkinn.

La douleur brûlante qu'il ressentait lui a appris une précieuse leçon.

Brennandi sársaukinn sem hann fann kenndi honum dýrmætan lexíu.

La partie inférieure de son corps était peut-être plus sensible.

Neðri hluti líkamans var kannski viðkvæmari.

Il a donc commencé par sortir le haut de son corps du lit.

Svo reyndi hann að ná efri hluta líkamans upp úr rúminu fyrst.

Il tourna prudemment la tête dans la bonne direction.

Hann sneri höfðinu varlega í rétta átt.

Et bientôt, sa tête se retrouva face au bord du lit.

Og brátt var höfuð hans að snúa að brún rúmsins.

Ce mouvement prudent lui était en réalité facile.

Þessi varfærna hreyfing var í raun auðveld fyrir hann.

Et sa largeur et son poids ne l'empêchaient pas de se déplacer.

Og breidd hans og þyngd stöðvaði ekki hreyfingu hans.

La masse de son corps suivit lentement le mouvement de sa tête.

Líkamsþyngd hans fylgdi hægt og rólega snúningi höfuðsins.

Mais ensuite, il a passé la tête au-dessus du bord du lit.

En þá hélt hann höfðinu fram hjá rúmbrúninni.

Et il dut faire face à une nouvelle peur à laquelle il n'avait pas encore pensé.

Og hann stóð frammi fyrir nýjum ótta sem hann hafði ekki hugsað um áður.

Poursuivre dans cette voie pourrait s'avérer dangereux.

Að halda áfram á þennan hátt gæti verið hættulegt.

Il pensait qu'il allait simplement se laisser tomber.

Hann hafði haldið að hann ætlaði bara að láta sig detta.

Mais ce serait un miracle s'il ne s'était pas blessé à la tête.

En það væri kraftaverk ef hann meiddi sig ekki á höfðinu.

Ce n'était pas le moment de risquer de perdre connaissance.

Nú var ekki rétti tíminn til að hætta á að missa meðvitund.

Finalement, il vaudrait peut-être mieux rester au lit.

Kannski væri betra að vera áfram í rúminu eftir allt saman.

Mais il devait ensuite faire le même effort pour revenir.

En þá þurfti hann að gera sömu tilraun til að komast til baka.

Après tous ces efforts, il était allongé là, exactement comme avant.

Eftir alla þessa fyrirhöfn lá hann þarna alveg eins og áður.

Et maintenant, ses jambes semblaient encore plus en colère qu'elles ne l'avaient été.

Og nú virtust fætur hans enn reiðari en þeir höfðu verið.

Les mouvements de sa jambe étaient devenus encore plus incontrôlables.

Hreyfingar fótleggja hans voru orðnar enn óstjórnlegri.

Il ne voyait aucun moyen de sortir de la situation dans laquelle il se trouvait.

Hann sá enga leið til að komast út úr þeirri stöðu sem hann
var í.
**Il était impossible de faire émerger la paix et l'ordre de ce
chaos.**
Friður og regla gat ekki komið á úr þessu ringulreið.
**Mais il savait que rester au lit n'était pas une option non
plus.**
En hann vissi að það væri ekki heldur möguleiki að vera
áfram í rúminu.
Tout sacrifier était l'option la plus sensée.
Að fórna öllu var skynsamlegasta kosturinn.
Il s'accrochait au moindre espoir de pouvoir se lever.
Hann hélt í minnstu von um að komast fram úr rúminu.
S'il y parvenait, tous les risques en auraient valu la peine.
Ef honum hefði tekist þetta, þá hefði öll áhætta verið þess
virði.
Mais il se souvenait aussi d'autre chose en même temps.
En hann minntist líka á annað á sama tíma.
**« Mieux vaut réfléchir sereinement que de prendre des
décisions désespérées. »**
"Betri en örvæntingarfullar ákvarðanir eru róleg hugleiðing."
Il concentra tous ses efforts sur la fenêtre.
Með allri sinni fyrirhöfn einbeitti hann sér að glugganum.
Mais ce qu'il vit ne lui insuffla guère de confiance ni de joie.
En það sem hann sá veitti honum lítið sjálfstraust og gleði.
La brume matinale enveloppait toute la rue étroite.
Morgunþokan huldi alla þröngu götuna.
Le réveil sonna à nouveau ; il était maintenant sept heures.
Vekjaraklukkan hringdi aftur; nú var klukkan sjö.
« Il est déjà sept heures et il y a encore un épais brouillard. »
„Klukkan er orðin sjö og það er ennþá svo mikil þoka.“
Il resta un moment allongé, immobile, respirant faiblement.
Um stund lá hann kyrr og andaði aðeins veiklega.
**Un peu de calme permettrait peut-être de retrouver une
certaine normalité.**
Kannski myndi smá kyrrð skapa einhverja eðlilega stöðu.
Un silence complet pourrait engendrer les conditions réelles.

Algjör þögn gæti leitt til raunverulegra aðstæðna.
Mais avant que l'horloge ne sonne à nouveau, il rompit le silence.
En áður en klukkan sló aftur rauf hann þögnina.
«Avant que l'horloge ne sonne à nouveau, je dois être levé.»
„Áður en klukkan slær aftur verð ég að fara úr rúminu.“
« Je dois absolument être complètement levé à ce moment-là. »
„Ég hlýt alveg að vera kominn úr rúminu þá.“
« Après 19h15, le bureau enverra quelqu'un. »
„Eftir korter yfir átta mun skrifstofan senda einhvern.“
"Parce que le bureau ouvrait avant sept heures."
„Vegna þess að skrifstofan opnaði fyrir klukkan sjö.“
Et il commença alors à se balancer hors du lit.
Og nú fór hann að vagga líkama sínum upp úr rúminu.
Il avait cessé de se concentrer sur le haut ou le bas de son corps.
Hann hafði hætt að einbeita sér að efri eða neðri hluta líkamans.
Il fallut sortir tout son corps du lit.
Allur líkami hans þurfti að fara úr rúminu.
Tomber de cette façon devrait protéger sa tête, pensa-t-il.
Að detta svona ætti að vernda höfuðið á honum, hugsaði hann.
Il avait prévu de relever la tête lorsqu'il toucherait le sol.
Hann hafði ætlað að lyfta höfðinu þegar hann lenti á jörðinni.
Son dos semblait suffisamment robuste pour encaisser le choc.
Bakhlið líkama hans virtist nógu hörð fyrir höggið.
Et le tapis était là pour amortir l'atterrissage.
Og teppið var þarna til að mýkja lendinguna.
Ce qui le préoccupait le plus, cependant, c'était le bruit assourdissant.
Mesta áhyggjuefni hans var þó hávaðinn.
Le bruit fracassant effrayerait tous les occupants de la maison.
Hljóðið af hruni myndi hræða alla í húsinu.

Peut-être que le bruit fort ne les terrifierait pas.

Kannski yrðu þeir ekki hræddir við hávaða.

Mais ils seraient certainement inquiets s'ils l'apprenaient.

En þau myndu örugglega hafa áhyggjur ef þau heyrðu það.

Mais il fallait prendre le risque d'attirer l'attention.

En það varð að taka áhættuna á að vekja athygli.

La nouvelle méthode s'apparentait davantage à un jeu qu'à un effort.

Nýja aðferðin var frekar leikur en fyrirhöfn.

Il devait balancer son corps par mouvements brusques et saccadés.

Hann þurfti að vagga líkama sínum í skyndilegum og rykkjóttum hreyfingum.

Gregor était déjà à moitié sorti du lit.

Gregor var þegar kominn hálfa leið úr rúminu.

Une nouvelle idée venait de lui traverser l'esprit.

Nú var ný hugsun sem honum datt í hug.

« Tout serait si facile si quelqu'un venait à mon secours. »

„Þetta væri allt svo auðvelt ef einhver kæmi mér til hjálpar.“

« Deux personnes fortes suffiraient amplement. »

"Tveir sterkir menn væru alveg nóg."

Son père et la servante seraient assez forts.

Faðir hans og vinnukonan væru nógu sterk.

Il leur suffirait de glisser leurs bras sous son dos.

Þau þyrftu bara að renna höndunum undir bakið á honum.

Et ensuite, ils pourraient facilement le sortir du lit.

Og þá gætu þeir auðveldlega pillt hann úr rúminu.

Peut-être auraient-ils dû réduire son poids progressivement.

Kannski hefðu þeir þurft að lækka þyngd hans hægt og rólega.

Alors, espérons-le, les jambes auraient trouvé leur utilité.

Vonandi hefðu fæturnir þá fundið tilgang sinn.

« Ne serait-il pas préférable, après tout, de demander de l'aide ? »

„Væri ekki betra að kalla eftir hjálp eftir allt saman?“

Le problème, bien sûr, c'est qu'il avait verrouillé les portes.

Vandamálið var auðvitað að hann hafði læst dyrunum.

Il y avait quelque chose dans cette idée qui le chatouillait.

Það var eitthvað við hugsunina sem kitlaði hann.

Et malgré ses difficultés, il ne put réprimer un sourire.

Og þrátt fyrir erfiðleikana gat hann ekki haldið brosinu niðri.

Il était déjà sur le point de perdre l'équilibre.

Hann var nú þegar kominn nærri því að missa jafnvægið.

Chaque balancement le rapprochait un peu plus du moment où il basculerait du lit.

Hver sveifla færði hann nær því að detta af rúminu.

Il allait bientôt devoir prendre la décision finale.

Fljótlega yrði hann að taka lokaákvörðunina.

Dans cinq minutes, il serait sept heures et quart.

Eftir fimm mínútur yrði klukkan korter yfir sjö.

Tandis qu'il était plongé dans ces pensées, la sonnette retentit.

Meðan hann hugsaði þessar hugsanir hringdi dyrabjallan.

« C'est quelqu'un du bureau », se dit-il.

„Þetta er einhver frá skrifstofunni," sagði hann við sjálfan sig.

Et il fut presque paralysé de peur à cause du visiteur.

Og hann fraus næstum af ótta vegna gestsins.

Ses jambes s'agitaient encore plus sauvagement qu'auparavant.

Fætur hans dönsuðu enn villtara en áður.

Mais ensuite, pendant un instant, tout resta silencieux.

En svo, um stund, var allt hljótt.

« Ils n'ouvriront pas la porte », se dit Gregor.

„Þeir vilja ekki opna dyrnar," sagði Gregor við sjálfan sig.

Il était encore prisonnier d'un espoir insensé.

Hann var enn fastur í einhverri tilgangslausri von.

Mais ensuite, bien sûr, la bonne s'est dirigée vers la porte.

En þá gekk vinnukonan auðvitað að dyrunum.

Et, comme toujours, elle ouvrit la porte au visiteur.

Og eins og alltaf opnaði hún dyrnar fyrir gestinum.

Gregor n'avait besoin d'entendre que les premiers mots de bienvenue du visiteur.

Gregor þurfti aðeins að heyra fyrstu kveðju gestsins.

Il a tout de suite compris qui était venu le chercher.

Hann gat strax séð hverjir voru komnir til að sækja hann.

Le chef de bureau en personne était venu prendre des nouvelles de Samsa.

Aðalskrifarinn sjálfur var kominn til að athuga með Samsu.

Pourquoi Gregor était-il le seul à être condamné à un tel sort ?

Hvers vegna var Gregor sá eini sem var dæmdur til þessarar örlaga?

Pourquoi lui seul a-t-il dû servir dans une telle organisation ?

Hvers vegna þurfti aðeins hann að þjóna í slíkri stofnun?

Le moindre oubli éveillait immédiatement les soupçons.

Minnsta mistök vöktu strax grunsemdir.

Tous les employés qui travaillaient là-bas étaient-ils des scélérats ?

Voru allir starfsmennirnir sem unnu þar svindlarar?

N'y avait-il donc parmi eux aucune personne fidèle et dévouée ?

Var enginn trúr og hollur maður á meðal þeirra?

N'auraient-ils pas pu simplement envoyer un apprenti ?

Hefðu þeir ekki bara getað sent lærling?

Toutes ces interrogations étaient-elles vraiment nécessaires ?

Var öll þessi spurningavinna virkilega nauðsynleg?

Le représentant autorisé devait-il se déplacer en personne ?

Þurfti umboðsmaðurinn að koma sjálfur?

Fallait-il vraiment informer toute la famille innocente ?

Þurfti að láta alla saklausu fjölskylduna vita?

Toutes ces considérations ont poussé Gregor à agir.

Allar þessar athugasemdir fengu Gregor til að framkvæma.

Il se hissa hors du lit de toutes ses forces.

Hann sveiflaði sér úr rúminu af öllum kröftum.

Il y a eu une forte détonation, mais ce n'était pas vraiment un bruit.

Það heyrðist hátt smellur, en það var ekki raunverulegt hávaðamál.

La chute avait été légèrement amortie par le tapis.

Teppið hafði mildað fallið örlítið.

Son dos était plus élastique que Gregor ne l'avait imaginé.

Bak hans var teygjanlegra en Gregor hafði haldið.

Le son était donc plus sourd et moins perceptible.

Þannig að hljóðið var daufara og ekki eins áberandi.

Mais il n'avait pas fait attention à sa tête pendant sa chute.

En hann hafði ekki gætt að höfðinu á sér við fallið.

Et lorsqu'il a touché le sol, il s'est aussi cogné la tête.

Og þegar hann lenti á jörðinni lenti hann líka í höfðinu.

Il se frotta la tête sur le tapis, en colère et souffrant.

Hann nuddaði höfðinu á teppinu í reiði og sársauka.

Mais le gérant, qui se trouvait dans la pièce d'à côté, a entendu le bruit.

En framkvæmdastjórinn í herberginu við hliðina heyrði hávaðann.

« Quelque chose est tombé là-dedans », a-t-il observé avec justesse.

„Eitthvað datt þarna ofan í," sagði hann réttilega.

Gregor essaya d'imaginer le manager dans sa situation.

Gregor reyndi að ímynda sér framkvæmdastjórann í sinni stöðu.

« La même chose pourrait-elle lui arriver ? » se demanda-t-il.

„Gæti það sama gerst honum?" velti hann fyrir sér.

Il a admis que cet étrange événement pouvait être possible.

Hann viðurkenndi að þessi undarlegi atburður gæti verið mögulegur.

Puis le chef de bureau fit quelques pas vers la pièce.

Og þá gekk yfirskrifarinn nokkur skref inn í herbergið.

C'était presque une réponse grossière à la question qu'il avait posée.

Þetta var næstum því gróft svar við spurningunni sem hann spurði.

Ses bottes en cuir grinçaient lorsqu'il s'approcha de la porte.

Leðurstígvélin hans knirruðu þegar hann nálgaðist dyrnar.

Depuis éla pièce située à sa droite, sa servante lui chuchota quelque chose.

Úr herberginu hægra megin við hann hvíslaði vinnukona hans að honum.

"Gregor, le représentant autorisé est ici."

"Gregor, viðurkenndi fulltrúinn er hér."
« Je sais », dit Gregor, mais seulement à voix basse pour lui-même.
„Ég veit það,“ sagði Gregor, en aðeins rólega við sjálfan sig.
Il n'osait pas élever la voix au-dessus d'un murmure.
Hann þorði ekki að hækka röddina meira en hvísl.
Parce que Gregor ne voulait pas que sa sœur l'entende.
Vegna þess að Gregor vildi ekki að systir hans heyrði hann.
« Gregor », dit le père depuis la pièce de gauche.
„Gregor,“ sagði faðirinn úr herberginu vinstra megin.
«Le responsable est venu vérifier quel est le problème.»
„Stjórnandinn er kominn til að athuga hvað vandamálið er.“
« Il vous a demandé pourquoi vous n'aviez pas pris le premier train. »
„Hann spurði hvers vegna þú fórst ekki með lestinni snemma.“
« Nous ne savons pas quoi lui dire », a déclaré le père.
„Við vitum ekki hvað við eigum að segja við hann,“ sagði faðirinn.
« D'ailleurs, il souhaite également vous parler personnellement. »
„Að auki vill hann líka tala við þig persónulega.“
« Veuillez ouvrir la porte, afin qu'il puisse vous parler. »
„Vinsamlegast opnaðu dyrnar, svo að hann geti talað við þig.“
« Il aura la gentillesse d'excuser le désordre dans la chambre. »
„Hann verður svo vinsamlegur að afsaka óreiðuna í herberginu.“
« Bonjour, Monsieur Samsa », lui lança le directeur.
„Góðan daginn, herra Samsa,“ kallaði framkvæmdastjórinn til hans.
Et il lui a certainement parlé de manière amicale.
Og hann talaði svo sannarlega vingjarnlega við hann.
« Il ne se sent pas bien », dit la mère au gérant.
„Hann er ekki hraustur,“ sagði móðirin við yfirmanninn.
« Il ne va pas bien du tout, croyez-moi, cher manager. »

„Hann er alls ekki hraustur, trúðu mér, kæri
framkvæmdastjóri."
« Sinon, pourquoi Gregor aurait-il raté le train du matin ? »
"Hvers vegna skyldi Gregor annars missa af morgunlestinni?"
«Le garçon ne pense qu'à ses affaires.»
„Drengurinn hefur ekkert annað í huga en viðskiptin."
« Cela m'agace presque qu'il ne fasse rien d'autre. »
„Það pirrar mig næstum því að hann gerir ekkert annað."
« J'aimerais qu'il sorte le soir pour prendre l'air. »
„Ég vildi óska að hann færi út á kvöldin til að fá sér ferskt
loft."
« Il était en ville pendant huit jours pour affaires. »
„Hann var í borginni í átta daga í viðskiptaerindum."
« Mais il était chez lui tous les soirs. »
„En svo var hann heima öll þessi kvöld"
«Il s'assoit à notre table et lit le journal.»
„Hann situr við borðið okkar og les dagblöðin."
« À d'autres moments, il étudie les horaires des trains. »
„Öðru hvoru rannsakar hann tímatöflur lestanna."
«Il lui arrive de s'occuper en faisant de la menuiserie.»
„Stundum heldur hann sér uppteknum við trésmíði."
« Par exemple, il a sculpté un petit cadre photo en bois. »
„Til dæmis skar hann út lítinn myndaramma úr tré."
« Pendant deux ou trois soirées, il était occupé avec la scie. »
„Hann var upptekinn við söguna í tvö eða þrjú kvöld."
«Vous serez étonné(e) de voir à quel point le cadre photo est
joli.»
„Þú munt undrast hversu fallegur myndaramminn er."
«Il a accroché le cadre photo dans sa chambre.»
„Hann hefur hengt myndaramma upp í herberginu sínu."
« Quand il ouvrira la porte, vous verrez ses boiseries. »
„Þegar hann opnar dyrnar munt þú sjá tréverkið hans."
« Au fait, je suis ravi que vous soyez ici, Monsieur Prokurist.
»
„Með því sagt, ég er ánægður að þú sért hér, herra Prokurist."
« Nous n'aurions pas pu, à nous seuls, forcer Gregor à ouvrir
la porte. »

"Við hefðum ekki getað fengið Gregor til að opna dyrnar
einir."
« Il est tellement têtu », a avoué sa mère au vendeur.
„Hann er svo þrjóskur,“ játaði móðir hans fyrir
afgreiðslumanninum.
« Il est certainement malade, même s'il l'a nié auparavant. »
„Hann er vissulega veikur, þótt hann hafi neitað því áður.“
**« J'arrive tout de suite », dit Gregor lentement et
prudemment.**
„Ég kem strax,“ sagði Gregor hægt og varlega.
Mais il ne fit aucun mouvement vers la porte de la pièce.
En hann hreyfði sig ekki í átt að dyrum herbergisins.
Il ne voulait pas perdre un seul mot de la conversation.
Hann vildi ekki missa eitt einasta orð úr samtalinu.
Le chef de bureau a approuvé l'évaluation de la mère.
Yfirritarinn var sammála mati móðurinnar.
« Je ne peux pas l'expliquer autrement non plus, madame. »
„Ég get ekki útskýrt þetta öðruvísi heldur, frú.“
**« Espérons tous qu'il ne souffre d'aucune maladie grave », a-
t-il déclaré.**
„Vonandi veikist hann ekki alvarlega,“ sagði hann.
« D'un autre côté, c'est un risque pour notre secteur. »
„Á hinn bóginn er þetta hætta í okkar atvinnugrein.“
**« Nous, les hommes d'affaires, devons souvent surmonter un
certain malaise. »**
„Við viðskiptafólk þurfum oft að yfirstíga óþægindi.“
**« Les professionnels doivent simplement faire abstraction
des petites douleurs. »**
„Fagfólk þarf bara að þola smá erfiðleika.“
**Pendant ce temps, son père frappa de nouveau à l'autre
porte.**
Á meðan bankaði faðir hans aftur upp á hina dyrnar.
**« Le chef de bureau peut-il entrer maintenant ? » demanda-t-
il.**
„Getur yfirskrifarinn komið inn núna?“ vildi hann vita.
**« Non, il ne peut pas », répondit Gregor à la question de son
père.**

„Nei, það getur hann ekki," svaraði Gregor við spurningu
föður síns.

Un silence gênant s'installa dans la pièce de gauche.

Vandræðaleg þögn sló á í herberginu vinstra megin.

Dans la pièce de droite, la sœur se mit à sangloter.

Í herberginu hægra megin fór systirin að gráta.

Pourquoi la sœur n'était-elle pas partie rejoindre les autres ?

Hvers vegna hafði systirin ekki farið til að vera með hinum?

Elle venait probablement de se lever, pensa-t-il.

Hún var líklega rétt komin fram úr rúminu, hugsaði hann.

Elle n'a peut-être même pas encore commencé à s'habiller.

Hún er kannski ekki einu sinni byrjuð að klæða sig ennþá.

Mais Gregor ne comprenait pas pourquoi elle pleurait.

En Gregor skildi ekki hvers vegna hún var að gráta.

**Était-ce parce qu'il ne s'était pas levé pour laisser entrer le
directeur ?**

Var það vegna þess að hann stóð ekki upp og hleypti ekki
yfirmanninum inn?

Était-ce parce qu'il risquait de perdre son emploi ?

Var það vegna þess að hann var í hættu á að missa vinnuna?

Le patron pourrait-il s'en prendre aux parents comme avant ?

Gæti yfirmaðurinn komið á eftir foreldrunum eins og áður?

**Allait-il leur formuler à nouveau les mêmes exigences
qu'auparavant ?**

Ætlaði hann að gera gömlu kröfurnar til þeirra aftur?

**Il n'y avait probablement pas lieu de s'inquiéter de ces
choses-là.**

Líklega þurfti ekki að hafa áhyggjur af þessum málum.

Pour le moment, elle n'avait aucune raison de pleurer.

Í bili hafði hún enga ástæðu til að gráta.

**Gregor était toujours là, subvenant aux besoins de sa
famille.**

Gregor var enn hér og sá fyrir fjölskyldunni.

Et il n'a jamais eu l'intention de quitter sa famille.

Og hann hafði aldrei í hyggju að yfirgefa fjölskylduna.

Pour le moment, il restait simplement allongé là, sur le tapis.

Í bili lá hann bara þarna á teppinu.

La famille ignorait son état.

Fjölskyldan vissi ekki í hvaða ástandi hann var.

S'ils avaient su, ils n'auraient pas encouragé son patron.

Hefðu þeir vitað það hefðu þeir ekki hvatt yfirmann hans.

Ils n'auraient même pas laissé entrer le gérant.

Þeir hefðu ekki einu sinni hleypt framkvæmdastjóranum inn í húsið.

Le refouler n'aurait pas été particulièrement impoli.

Það hefði ekki verið sérstaklega dónalegt að vísa honum frá.

Il aurait facilement pu trouver une excuse convenable plus tard.

Hann hefði auðveldlega getað fundið viðeigandi afsökun síðar.

Ce n'était pas un motif de licenciement.

Þetta var ekki eitthvað sem hann hefði getað verið rekinn fyrir.

Gregor pensait qu'il serait plus judicieux de le laisser tranquille désormais.

Gregor fannst skynsamlegra að vera látinn í friði núna.

Le déranger en pleurant et en parlant n'a pas beaucoup aidé.

Að trufla hann með gráti og tali skilaði litlu.

Mais c'était l'incertitude qui inquiétait les autres.

En það var óvissan sem angraði hina.

Et c'est cette incertitude qui a excusé leur comportement.

Og það var þessi óvissa sem afsakaði hegðun þeirra.

« Monsieur Samsa », appela le directeur d'une voix forte.

„Herra Samsa," kallaði framkvæmdastjórinn hækkaðri röddu.

« Qu'est-ce qui se passe avec toi ? » a-t-il voulu savoir.

„Hvað er í gangi hjá þér?" vildi hann vita.

« Tu t'es barricadé dans ta chambre. »

„Þú hefur lokað þig inni í herberginu þínu."

«Vous ne pouvez répondre que par «oui» ou «non».»

„Þú svarar bara með annað hvort „já" eða „nei"."

«Vous causez de sérieux soucis à vos parents.»

„Þú ert að valda foreldrum þínum miklum áhyggjum."

« Je ne vois pas de bonne raison de les inquiéter. »

„Ég sé enga góða ástæðu fyrir því að þú ættir að valda þeim áhyggjum."

« Il y a une autre chose que je mentionnerai en passant. »
„Það er eitt annað sem ég ætla að nefna í framhjáhlaupi.“
«Vous négligez également vos obligations professionnelles envers nous.»
„Þú vanrækir líka viðskiptaskyldur þínar gagnvart okkur.“
« Une telle irresponsabilité ne vous ressemble pas du tout. »
„Slík ábyrgðarleysi er algjörlega óviðeigandi fyrir þig.“
« Je parle ici au nom de vos parents et de votre patron. »
„Ég tala hér fyrir hönd foreldra þinna og yfirmanns þíns.“
« Et je vous demande une explication immédiate et claire. »
„Og ég bið þig um tafarlausa og skýra útskýringu.“
« Je dois dire que tout cela m'étonne vraiment. »
„Þetta mál kemur mér virkilega á óvart, ég verð að segja það.“
« Je pensais vous connaître comme une personne calme et raisonnable. »
„Ég hélt að ég þekkti þig sem rólegan og skynsaman mann.“
« Mais maintenant, tu nous montres une autre facette de toi. »
„En nú sýnir þú okkur aðra hlið á þér.“
«Vous faites soudain preuve de vos caprices très particuliers.»
"Allt í einu sýnirðu þínar sérkennilegu geðshræringar."
« Mais il pourrait y avoir une explication à votre échec. »
„En það gæti verið skýring á mistökum þínum.“
« Le patron a mentionné une dette que vous aviez recouvrée pour nous. »
„Yfirmaðurinn minntist á skuld sem þú hafðir innheimt fyrir okkur.“
« J'ai donné ma parole d'honneur au patron en votre nom. »
„Ég gaf yfirmanninum heiðursorð mitt fyrir þína hönd.“
« Mais maintenant je vois votre obstination incompréhensible. »
„En nú sé ég óskiljanlega þrjósku þína.“
« Je pourrais encore perdre toute envie de vous aider. »
„Ég gæti samt misst alla löngun mína til að hjálpa þér yfirhöfuð.“

«Votre sécurité d'emploi n'est en aucun cas totalement stable.»
„Starfsöryggi þitt er alls ekki alveg stöðugt.“
« À l'origine, je comptais vous dire tout cela en privé. »
„Ég ætlaði upphaflega að segja þér allt þetta í einrúmi.“
« Mais maintenant je vois que vous voulez que je perde mon temps ici. »
„En nú sé ég að þú vilt að ég sói tímanum mínum hér.“
«Je ne vois donc aucune raison pour que vos parents ne le sachent pas.»
„Þannig að ég sé enga ástæðu til að foreldrar þínir ættu ekki að vita þetta.“
«Vos récentes performances n'ont pas été satisfaisantes.»
„Frammistaða þín að undanförnu hefur ekki verið fullnægjandi.“
« Je reconnais que les ventes sont plus lentes à cette période de l'année. »
„Ég viðurkenni að salan er hægari á þessum árstíma.“
« Mais il n'y a pas de période de l'année où il n'y a pas de ventes. »
„En það er enginn tími ársins þar sem engin sala er.“
Pendant un instant, Gregor oublia tout ce qui l'entourait.
Um stund gleymdi Gregor öllu í kringum sig.
« Mais Monsieur Prokurist ! » s'écria Gregor, désespéré.
„En herra Prokurist,“ hrópaði Gregor í örvæntingu.
« J'ouvre la porte tout de suite, maintenant, ne vous inquiétez pas. »
„Ég opna dyrnar strax, ekki hafa áhyggjur.“
«Le problème, c'est que je ne me sens pas très bien.»
„Vandamálið er að mér hefur liðið frekar illa.“
« Mes vertiges m'ont empêché d'atteindre la porte. »
„Sviminn kom í veg fyrir að ég kæmist að dyrunum.“
« Je suis encore au lit, mais je me sens beaucoup mieux. »
„Ég ligg enn í rúminu, en mér líður miklu betur.“
«Un instant, s'il vous plaît, je viens de me lever.»
"Augnablik, takk, ég er rétt að fara fram úr rúminu."

« Un instant de patience, c'est tout ce que je vous demande, Monsieur Prokurist. »

„Ég bið bara um smá þolinmæði, herra Prokurist."

« Ça ne se passe pas aussi bien que je le pensais, mais ça ira. »

„Þetta gengur ekki eins vel og ég hélt, en það verður allt í lagi."

« Comment une telle chose peut-elle arriver à une personne aussi rapidement ? »

„Hvernig getur slíkt gerst svona fljótt hjá manni?"

« Je me sentais bien hier soir, mes parents le savent. »

„Mér leið vel í gærkvöldi, foreldrar mínir vita það."

« Mais peut-être avais-je déjà un petit pressentiment à ce moment-là. »

„En kannski hafði ég nú þegar fengið smá fyrirboða þá."

«Vous pourriez vous demander pourquoi je ne l'ai pas signalé au bureau.»

„Þú gætir spurt hvers vegna ég tilkynnti þetta ekki á skrifstofunni."

« Je pensais que je me sentirais beaucoup mieux demain matin. »

„Ég hélt að mér myndi líða miklu betur aftur í fyrramálið."

« On pense toujours qu'ils auront vaincu la maladie d'ici là. »

„Maður heldur alltaf að þeir muni sigrast á veikindunum þá."

« Mais je vous en prie ! Épargnez mes parents de ces accusations ! »

"En vinsamlegast! Hlífið foreldrum mínum við þessum ásökunum!"

« On ne m'a pas dit un mot de ce que vous m'avez dit. »

„Mér hefur ekki verið sagt eitt einasta orð af því sem þú sagðir mér."

« Il se peut que vous n'ayez pas lu les dernières commandes que j'ai envoyées. »

„Þú hefur kannski ekki lesið síðustu skipanirnar sem ég sendi út."

« Au fait, vous n'avez pas à vous inquiéter pour moi
aujourd'hui. »
„Með því sagt, þú þarft ekki að hafa áhyggjur af mér í dag.“
«Je vais quand même prendre le train de huit heures.»
„Ég ætla samt að taka lestina klukkan átta.“
« Ces quelques heures de repos m'ont suffisamment
revigoré. »
„Þessar fáu hvíldarstundir hafa styrkt mig nægilega.“
« Vous n'avez vraiment pas besoin d'attendre, manager. »
„Það er í raun engin ástæða fyrir þig að bíða, yfirmaður.“
« Moi aussi, je serai bientôt au bureau. »
„Ég verð líka á skrifstofunni bráðlega sjálfur.“
« Et s'il vous plaît, ayez la gentillesse de dire un mot en ma
faveur. »
"Og vertu svo góð(ur) að leggja gott orð á minnið."
Gregor avait donné son explication assez précipitamment.
Gregor hafði sagt skýringu sína í flýti.
Il ne savait pas vraiment ce qu'il essayait de dire.
Hann vissi varla hvað hann var í raun og veru að reyna að
segja.
Il s'est approché de la boîte et a essayé de s'en servir pour se
lever.
Hann gekk að kassanum og reyndi að nota hann til að standa
upp.
Il avait vraiment l'intention d'ouvrir la porte.
Hann hafði í raun og veru fullan ásetning um að opna dyrnar.
Il souhaitait être reçu par le représentant autorisé.
Hann vildi fá að viðurkenndan fulltrúa hitta hann.
Et il voulait régler le problème avec lui personnellement.
Og hann vildi leysa vandamálið með honum persónulega.
Il était impatient de savoir comment les autres réagiraient à
son égard.
Hann var spenntur að vita hvernig hinir myndu bregðast við
honum.
Ils doivent maintenant être impatients de savoir comment il
va.
Þau hljóta nú líka að vera spennt að sjá hvernig honum líður.

Il y avait deux façons possibles dont ils pouvaient réagir face à lui.

Það voru tvær mögulegar leiðir til að þeir gætu brugðist við honum.

Une possibilité était qu'ils aient peur.

Einn möguleiki var að þeir yrðu hræddir.

S'ils avaient peur, alors il n'en était pas responsable.

Ef þau voru hrædd þá bar hann enga ábyrgð.

Et alors, il n'aurait plus à s'inquiéter de la situation.

Og þá þyrfti hann ekki að hafa áhyggjur af aðstæðunum.

Mais il y avait aussi une autre possibilité à envisager.

En það var líka annar möguleiki til að íhuga.

Peut-être accepteraient-ils sereinement sa personnalité.

Kannski myndu þau sætta sig rólega við hann eins og hann var.

Gregor n'aurait alors aucune raison de se fâcher non plus.

Þá hefði Gregor enga ástæðu til að verða reiður heldur.

Il y aurait encore assez de temps pour prendre le train.

Það væri enn nægur tími til að ná lestinni.

Cependant, se tenir debout n'était pas une tâche facile.

Það var þó alls ekki auðvelt verk að standa uppréttur.

Lors de ses premières tentatives, il a glissé hors de la boîte.

Í fyrstu tilraunum sínum rann hann af kassanum.

La boîte était trop lisse pour qu'il puisse s'y appuyer.

Kassinn var of sléttur til að hann gæti staðið upp við hann.

Et finalement, il se donna un dernier effort pour se relever.

Og að lokum gaf hann sjálfum sér eitt síðasta hvatningu til að standa upp.

Il ne prêta plus attention à la douleur qu'il ressentait à l'abdomen.

Hann gaf sársaukanum í kviðnum engan gaum lengur.

Peu importe l'intensité de la douleur, il la surmonterait.

Sama hversu mikill sársaukinn var, hann myndi komast í gegnum hann.

Il se laissa tomber contre le dossier d'une chaise voisine.

Hann lét sig detta á bak stóls þar nærri.

Et il s'accrochait aux bords avec ses petites jambes.

Og hann hélt fast í brúnirnar með litlu fótunum sínum.
À ce stade, il avait repris le contrôle de lui-même.
Hann hafði á þessum tímapunkti fengið meiri stjórn á sjálfum sér.
Et sa chute fut plus silencieuse que la précédente.
Og fall hans var hljóðlátara en hið fyrra.
Parce qu'il devait écouter ce que disait le manager.
Því hann þurfti að hlusta á það sem stjórnandinn sagði.
« Avez-vous compris quelque chose à tout cela ? » demanda-t-il aux parents.
„Skilduð þið eitthvað af þessu?" spurði hann foreldrana.
« Il ne se moquerait pas de nous, n'est-ce pas ? »
"Hann myndi ekki gera okkur að fífli, er það nokkuð?"
« Pour l'amour de Dieu ! » s'écria la mère, déjà en larmes.
„Fyrir Guðs sakir," kallaði móðirin, þegar farin að gráta.
« Il est peut-être gravement malade et nous le tourmentons. »
„Hann gæti verið alvarlega veikur og við erum að kvelja hann."
« Grete ! Grete ! » cria-t-elle à sa fille.
„Grete! Grete!" öskraði hún til dótturinnar.
« Maman ? » appela la sœur de l'autre côté.
„Mamma?" kallaði systirin hinum megin.
Ils ont ensuite communiqué par l'intermédiaire de la chambre de Gregor.
Síðan höfðu þau samskipti í gegnum herbergi Gregors.
« Gregor est très malade et il a besoin de médicaments. »
„Gregor er mjög veikur og þarf lyf."
«Vous devrez aller chez le médecin immédiatement.»
„Þú verður að fara til læknis strax."
« Tu as entendu comment Gregor parlait tout à l'heure ? »
"Heyrðirðu hvernig Gregor talaði rétt í þessu?"
« C'était la voix d'un animal », a déclaré le gérant.
„Þetta var rödd dýrs," sagði framkvæmdastjórinn.
Ses paroles étaient douces comparées aux cris de la mère.
Orð hans voru lágvær í samanburði við öskur móðurinnar.
« Anna ! Anna ! » appela le père depuis l'antichambre.
„Anna! Anna!" kallaði faðirinn gegnum forstofuna.

Et il a claqué des mains pour attirer leur attention.
Og hann klappaði saman höndunum til að vekja athygli
þeirra.
**« Appelez immédiatement un serrurier ! » ordonna-t-il à la
bonne.**
„Fáðu lásasmið strax!" skipaði hann vinnukonunni.
Les filles, en jupes, traversèrent l'antichambre en courant.
Stelpurnar, í pilsum sínum, hlupu gegnum forstofuna.
**Et leurs jupes bruissaient lorsqu'elles passèrent en courant
devant sa chambre.**
Og pils þeirra nötruðu þegar þau hlupu fram hjá herbergi
hans.
**« Comment sa sœur a-t-elle fait pour s'habiller si vite ? » se
demanda-t-il.**
„Hvernig klæddist systirin svona fljótt?" hugsaði hann.
La porte a été arrachée, mais elle n'a pas été claquée.
Hurðin var rifin upp, en henni var ekki skellt aftur.
**C'est fréquent dans les maisons où survient un grand
malheur.**
Þetta er algengt í heimilum þar sem mikil óhöpp verða.
Mais tout cela avait considérablement apaisé Gregor.
En allt þetta hafði gert Gregor miklu rólegri.
**Quand il entendait ses propres paroles, elles lui paraissaient
claires.**
Þegar hann heyrði sín eigin orð, virtust þau honum ljós.
En fait, il estimait que ses paroles avaient été plus claires.
Reyndar fannst honum orð sín hafa verið skýrari.
Mais les autres ne comprenaient plus ce qu'il disait.
En hinir skildu ekki lengur hvað hann var að segja.
Peut-être s'était-il habitué à ses oreilles à ce moment-là.
Kannski var hann nú orðinn vanur eyrunum sínum.
**Mais au moins, ils comprenaient maintenant mieux sa
situation.**
En að minnsta kosti skildu þau núna aðstæður hans betur.
**Ils se sont rendu compte qu'il y avait vraiment quelque
chose qui n'allait pas chez lui.**
Þau áttuðu sig á því að eitthvað var í raun að honum.

Et ils faisaient maintenant tout leur possible pour l'aider.

Og nú gerðu þau allt sem þau gátu til að hjálpa honum.

Cela redonna à Gregor un sentiment de confiance qui lui manquait.

Þetta gaf Gregor tilfinningu um sjálfstraust sem hann hafði saknað.

Et il se sentait de nouveau beaucoup plus en sécurité au sein de sa famille.

Og hann fann sig aftur miklu öruggari innan fjölskyldunnar.

Il avait le sentiment d'être à nouveau intégré au cercle humain.

Honum fannst hann aftur vera hluti af mannlífinu.

Il ne lui restait plus qu'à espérer que le serrurier puisse ouvrir la porte.

Nú þurfti hann að vona að lásasmiðurinn gæti opnað dyrnar.

Et il espérait que le médecin serait capable d'accomplir de telles tâches.

Og hann vonaði að læknirinn gæti framkvæmt slík verkefni.

Il allait bientôt devoir reprendre la parole.

Hann yrði að fara að tala meira aftur fljótlega.

Il allait falloir que sa voix soit aussi claire que possible.

Rödd hans yrði að vera eins skýr og mögulegt var.

Pour se préparer à la réunion, il s'éclaircit la gorge.

Til að undirbúa fundinn hreinsaði hann hálsinn.

Il s'efforçait toutefois de tousser très discrètement.

Hins vegar gerði hann sitt besta til að hósta aðeins mjög hljóðlega.

Ce bruit pouvait être différent d'une toux humaine.

Hljóðið gæti hafa hljómað öðruvísi en hósti frá manni.

Il savait qu'il ne pouvait plus faire la différence entre de telles choses.

Hann vissi að hann gæti ekki lengur greint á milli slíkra hluta.

Dans la pièce voisine, le silence était total.

Í næsta herbergi var orðið alveg hljótt.

Les parents étaient probablement assis à table.

Foreldrarnir sátu líklega við borðið.

Ils chuchotaient peut-être avec le gérant.

Þau gætu hafa verið að hvíslast við stjórnandann.
Peut-être que tout le monde était appuyé contre la porte et écoutait.
Kannski voru allir að halla sér að dyrunum og hlusta.
Gregor poussa lentement la chaise vers la porte.
Gregor ýtti stólnum hægt að dyrunum.
Il s'appuya contre la porte et se tint droit.
Hann þrýsti sér að dyrunum og hélt sér uppréttum.
Il a découvert que la plante de ses pieds était légèrement collée.
Hann komst að því að það var smá lím á fótunum á honum.
Et il se reposa là un instant, épuisé.
Og hann hvíldi sig þar andartak eftir erfiðið.
Après s'être suffisamment reposé, il s'attela à la tâche suivante.
Þegar hann hafði hvílt sig nægilega hófst hann handa við næsta verkefni.
Il commença à tourner la clé dans la serrure avec sa bouche.
Hann byrjaði að snúa lyklinum í lásinum með munninum.
Malheureusement, il semblait qu'il n'avait pas de dents.
Því miður virtist sem hann hefði engar raunverulegar tennur.
Mais quel autre moyen avait-il pour s'emparer des clés ?
En hvaða aðra leið hafði hann til að ná í lyklana?
Heureusement pour lui, ses mâchoires étaient bien sûr très fortes.
Sem betur fer fyrir hann voru kjálkarnir hans auðvitað mjög sterkir.
Grâce à la force de ses mâchoires, il a vraiment réussi à faire bouger la clé.
Með hjálp kjálkanna fékk hann lykilinn til að hreyfast.
Il ne doutait pas qu'il se faisait du mal à lui-même également.
Hann efaðist ekki um að hann væri líka að valda sjálfum sér tjóni.
Parce qu'un liquide brunâtre sortait de sa bouche.
Vegna þess að brúnn vökvi kom út úr munninum á honum.
Le liquide brunâtre a coulé sur la clé et le long de la porte.

Brúni vökvinn rann yfir lykilinn og niður hurðina.
Mais Gregor ne se souciait pas de se faire du mal.
En Gregor lét sér ekki annt um að hann væri að skaða sjálfan sig.
« Vous entendez ça ? » demanda le gérant dans la pièce voisine.
„Heyrirðu þetta?" sagði framkvæmdastjórinn í næsta herbergi.
« Il tourne la clé », avait remarqué le gérant.
„Hann er að snúa lyklinum," hafði framkvæmdastjórinn tekið eftir.
Ces paroles furent un grand encouragement pour Gregor.
Þessi orð voru Gregor mikil hvatning.
Mais le père et la mère auraient également dû crier :
En faðirinn og móðirin hefðu líka átt að kalla:
« Bien joué, Gregor ! » auraient-ils dû lui crier.
„Gott, Gregor," hefðu þau átt að hrópa til hans.
«Continue, continue de tourner la clé, tu peux le faire.»
„Haltu áfram, haltu áfram að snúa lyklinum, þú getur þetta."
Mais Gregor dut plutôt imaginer leur enthousiasme.
En í staðinn varð Gregor að ímynda sér spennu þeirra.
Il serra les mâchoires de toutes ses forces.
Hann kreppti kjálkana saman af öllum þeim krafti sem hann hafði.
Et il continua à tourner la clé dans la serrure.
Og hann hélt áfram að snúa lyklinum í lásinum.
Son corps se tordit douloureusement en un cercle.
Sársaukafullt snerist líkami hans í hring.
Il ne tenait plus debout qu'avec sa bouche.
Hann hélt sér nú uppréttum aðeins með munninum.
Pour continuer à tourner la clé, il appuya contre la porte.
Til að halda áfram að snúa lyklinum þrýsti hann á hurðina.
Finalement, le claquement de la serrure réveilla de nouveau Gregor.
Loksins vakti smellurinn af lásinum Gregor aftur.
« Je n'avais donc pas besoin du serrurier », soupira-t-il de soulagement.

„Þannig að ég þurfti ekki lásasmiðinn," andvarpaði hann léttar.

Il ne lui restait plus qu'à ouvrir la porte qu'il avait déverrouillée.

Nú þurfti hann bara að opna hurðina sem hann hafði opnað.

Et, la tête sur la poignée, il ouvrit la porte.

Og með höfuðið á handfanginu opnaði hann dyrnar.

Il se trouvait derrière la porte qui donnait sur sa chambre.

Hann var á bak við dyrnar, sem opnuðust inn í herbergi hans.

La porte était donc déjà ouverte avant même qu'on puisse le voir.

Þannig að hurðin var þegar opin áður en hægt var að sjá hann.

Il lui fallait ensuite se faufiler autour de la porte elle-même.

Næst þurfti hann að hreyfa sig í kringum dyrnar sjálfar.

Ce mouvement difficile a également nécessité beaucoup d'efforts.

Þessi erfiða hreyfing tók líka mikla vinnu.

Il ne voulait pas tomber maladroitement dans la pièce voisine.

Hann vildi ekki detta klaufalega inn í næsta herbergi.

Il n'avait donc pas le temps de prêter attention à quoi que ce soit d'autre.

Hann hafði því engan tíma til að sinna neinu öðru.

Mais il entendit alors le chef de bureau s'exclamer bruyamment : « Oh ! »

En þá heyrði hann aðalskrifarann segja hátt: „Ó!"

On aurait dit que le vent soufflait en rafales dans la maison.

Það hljómaði eins og vindurinn væri að blása í gegnum húsið.

Il se trouvait être celui qui était le plus proche de la porte.

Hann var tilviljun sá sem var næstur dyrunum.

Et maintenant, en le voyant, il porta sa main à sa bouche.

Og nú, þegar hann sá hann, þrýsti hann hendinni fyrir munninn.

Il recula lentement, s'éloignant de Gregor.

Hann færði sig hægt aftur á bak, frá Gregor.

Mais c'était comme si une force invisible agissait sur lui.

En það var eins og ósýnilegur kraftur væri að verki á honum.

La première chose que fit la mère fut de regarder le père.

Það fyrsta sem móðirin gerði var að horfa á föðurinn.

Malgré la présence du gérant, ses cheveux étaient en désordre.

Þrátt fyrir nærveru yfirmannsins var hárið á henni óreiðukennt.

Elle déplia les bras et fit deux pas en avant.

Hún rétti út hendurnar og gekk tvö skref áfram.

Mais elle s'est effondrée au milieu de sa jupe.

En þá hrundi hún niður mitt í pilsinu sínu.

Sa robe s'est étalée tout autour d'elle sur le sol.

Kjóllinn hennar breiddist út allt í kringum hana á gólfinu.

Et sa tête disparut sur sa poitrine.

Og höfuð hennar hvarf niður á hennar eigin brjóst.

Le père serra le poing avec une expression hostile.

Faðirinn kreppti hnefann með fjandsamlegu svipbrigði.

Il semblait vouloir que Gregor soit renvoyé dans sa chambre.

Hann virtist vilja að Gregor yrði ýtt aftur inn í herbergið sitt.

Il jeta ensuite un regard incertain autour du salon.

Hann leit þá óvissulega í kringum sig í stofunni.

Et finalement, il se couvrit les yeux entre ses mains.

Og að lokum huldi hann augun milli handanna.

Et il pleura amèrement jusqu'à ce que sa poitrine puissante tremble.

Og hann grét sáran þar til brjóst hans titraði.

Gregor n'est en réalité pas entré dans leur chambre.

Gregor fór í raun alls ekki inn í herbergið þeirra.

Au lieu de cela, il s'appuya contre le cadre de la porte.

Í staðinn hallaði hann sér upp að hurðarkarminum.

Seule la moitié de son corps était visible de l'extérieur.

Aðeins helmingur líkama hans var sýnilegur þeim sem voru fyrir utan.

Et sur son corps reposait sa tête, inclinée sur le côté.

Og ofan á líkama hans var höfuðið, hallað til hliðar.

La lumière était désormais devenue beaucoup plus vive qu'auparavant.

Nú var ljósið orðið miklu bjartara en áður.
On pouvait désormais voir clairement l'autre côté de la rue.
Nú gat maður greinilega séð hina hliðina á götunni.
Une partie de l'hôpital gris et interminable se dévoila.
Hluti af endalausa, gráa sjúkrahúsinu kom í ljós.
La pluie matinale n'avait pas encore complètement cessé de tomber.
Morgunrigningin hafði ekki alveg hætt enn.
Mais maintenant, les gouttes de pluie étaient plus grosses et plus espacées.
En nú voru regndroparnir stærri og lengra í sundur.
Les plats du petit-déjeuner étaient disposés en abondance sur la table.
Morgunverðarréttirnir voru í gnægð á borðum.
Le père considérait le petit-déjeuner comme le repas le plus important.
Pabbinn taldi morgunmatinn vera mikilvægustu máltíðina.
Le petit-déjeuner était un repas qu'il s'éternisait pendant des heures.
Morgunmaturinn var máltíð sem hann dró sig á langinn í margar klukkustundir.
Et pendant ces heures, il lisait les différents journaux.
Og á þessum stundum las hann hin ýmsu dagblöð.
Juste en face, sur le mur, était accrochée une photo de Gregor.
Rétt á gagnstæða veggnum hékk ljósmynd af Gregor.
La photographie accrochée au mur le montrait en lieutenant.
Ljósmyndin á veggnum sýndi hann sem liðsforingja.
C'était une photo de l'époque où il était dans l'armée.
Þetta var mynd frá herþjónustutímanum.
Sa main était posée sur son épée, et il arborait un sourire insouciant.
Hönd hans var á sverði sínu og hann brosti áhyggjulaust.
Sa posture et son uniforme imposaient un certain respect.
Líkamsrækt hans og búningur krafðist ákveðinnar virðingar.
L'autre porte qui menait à l'antichambre était également ouverte.

Hin hurðin sem lá inn í forstofuna var einnig opin.

Et la porte de l'appartement était encore ouverte elle aussi.

Og hurðin inn í íbúðina var líka enn opin.

On pouvait voir jusqu'à la cour de l'immeuble.

Maður gat séð alla leið að forgarði íbúðarinnar.

Puis les escaliers descendaient sur la rue en contrebas.

Og svo lá stiginn niður á götuna fyrir neðan.

Gregor était le seul à avoir gardé son sang-froid.

Gregor var sá eini sem hafði haldið ró sinni.

Il a constaté cela, la conversation était donc de sa responsabilité.

Hann sá þetta, svo samtalið var hans ábyrgð.

« Bon, je vais m'habiller pour le travail maintenant », dit-il.

„Jæja, ég ætla að klæða mig í vinnuna núna,“ sagði hann.

« Une fois que j'aurai emballé les échantillons de tissu, je partirai. »

„Eftir að ég hef pakkað textílprufunum fer ég.“

«Vous comptez toujours me tirer dessus, Monsieur Prokurist ?»

„Hefið þér enn í hyggju að reka mig, herra Prokurist?“

« Comme vous pouvez le constater, je ne suis pas aussi têtue que vous le pensiez. »

„Eins og þú sérð er ég ekki eins þrjóskur og þú hélst.“

« Et vous pouvez constater que j'aime bien travailler, après tout. »

"Og þú sérð að mér líkar að vinna eftir allt saman."

« Je peux admettre que voyager pour le travail n'est pas facile. »

„Ég get viðurkennt að það er ekki auðvelt að ferðast í vinnunni.“

« Mais je peux aussi accepter que cela fasse partie de mon travail. »

„En ég get líka sætt mig við að þetta sé hluti af starfi mínu.“

« Chef de projet, où allez-vous ? Retournez-vous au bureau ? »

"Framkvæmdastjóri, hvert ertu að fara? Aftur á skrifstofuna?"

« Allez-vous rapporter fidèlement tout ce que vous avez vu ? »

„Ætlarðu að segja sannleikann frá öllu sem þú hefur séð?"

«Il arrive parfois qu'on soit dans l'incapacité d'aller travailler.»

„Stundum gerist það að maður getur ekki farið í vinnuna."

« C'est le moment idéal pour se souvenir des succès passés. »

„Þetta er rétti tíminn til að minnast fyrri afreka."

« Une fois la difficulté surmontée, on travaille encore mieux. »

„Eftir að erfiðleikarnir hafa verið fjarlægðir virkar maður enn betur."

« Ma diligence et ma concentration vont augmenter. »

„Dugnaður minn og einbeiting mun aukast."

«Vous savez très bien que je suis redevable envers le patron.»

„Þú veist mætavel að ég er yfirmanninum þakklátur."

« Mais je suis aussi inquiète pour mes parents et ma sœur. »

„En ég hef líka áhyggjur af foreldrum mínum og systur minni."

« Je suis dans une situation délicate, mais je vais m'en sortir. »

„Ég er í erfiðri stöðu en ég mun vinna mig út úr henni."

« Ne compliquez pas davantage les choses. »

„Gerið þetta ekki erfiðara en það er nú þegar."

« En tant que collègues, nous devons aussi nous entraider. »

„Sem samstarfsmenn verðum við líka að hjálpast að."

« Je sais que les employés de bureau n'aiment pas les voyageurs. »

„Ég veit að skrifstofufólkið hefur ekki gaman af ferðalöngum."

«Vous croyez qu'on gagne des fortunes et qu'on mène une vie confortable.»

„Þú heldur að við græðum mikið og lifum góðu lífi."

« Ils n'ont aucune raison valable de tenir compte de leurs préjugés. »

„Þeir hafa enga raunverulega ástæðu til að íhuga fordóma sína."

« Mais vous, agent habilité, votre rôle est différent. »
„En þú, viðurkenndur fulltrúi, hefur annað hlutverk.“
«Vous avez une meilleure vue d'ensemble que les autres membres du personnel.»
„Þú hefur betri yfirsýn en hitt starfsfólkið.“
« En fait, je pense que vous avez peut-être la meilleure vue d'ensemble. »
„Reyndar held ég að þú hafir kannski bestu yfirsýnina.“
«Vous avez une meilleure vision d'ensemble que le patron lui-même.»
„Þú hefur betri yfirsýn en yfirmaðurinn sjálfur.“
« J'admets que c'est le patron qui fait le travail d'entrepreneur. »
„Ég viðurkenni að yfirmaðurinn vinnur frumkvöðlastarfið.“
« Mais il est facile de se tromper dans ses jugements. »
„En það er auðvelt að blekkja dóma hans.“
« Et ces petites erreurs de jugement peuvent nous être préjudiciables. »
„Og þessi litlu mistök geta verið okkur til tjóns.“
«Vous savez combien il est facile de parler du voyageur.»
„Þú veist hversu auðvelt það er að tala um ferðalanginn.“
« Il n'est pas là pour défendre sa réputation contre les rumeurs. »
„Hann er ekki þarna til að verja mannorð sitt gegn slúðri.“
« Ces accusations peuvent très bien n'être que des coïncidences. »
„Þessar ásakanir geta auðveldlega bara verið tilviljanir.“
« Nombre de ces plaintes ne reposent même sur aucune vérité. »
„Margar kvartanir eiga sér ekki einu sinni rætur í neinum sannleika.“
«Il est absent du bureau pendant presque toute l'année.»
„Hann er frá skrifstofunni næstum allt árið.“
«Quelles chances a-t-il de défendre sa propre réputation ?»
„Hvaða möguleika hefur hann á að verja eigið mannorð?“
«Il n'a même pas connaissance des accusations.»
„Hann fær ekki einu sinni að heyra um ásakanirnar.“

«Il découvre ce qui a été dit lorsqu'il est trop tard.»

„Hann kemst að því hvað hefur verið sagt þegar það er of seint."

« À ce stade, il est épuisé par le voyage de la journée. »

„Á þeim tímapunkti er hann úrvinda eftir ferðalag dagsins."

« Il devra de toute façon en subir les terribles conséquences. »

„Hann verður hvort eð er að upplifa hræðilegar afleiðingar."

« Même s'il n'a aucun moyen de comprendre le problème. »

„Þótt hann hafi enga leið til að skilja vandamálið."

« Oh, manager, ne partez pas sans me dire un mot. »

„Ó, framkvæmdastjóri, farðu ekki án þess að segja orð við mig."

«Dites-moi au moins que vous êtes d'accord avec moi en partie.»

„Segðu mér að minnsta kosti að þú sért sammála mér að hluta til."

Mais le directeur s'était détourné de Gregor bien plus tôt.

En framkvæmdastjórinn hafði snúið sér frá Gregor miklu fyrr.

Son épaule tressaillit lorsqu'il se retourna vers Gregor.

Öxl hans kipptist til þegar hann leit til baka á Gregor.

Et il n'est pas resté immobile une seule fois pendant tout son discours.

Og hann stóð ekki kyrr einu sinni meðan á ræðunni stóð.

Il se retournait vers Gregor, les lèvres pincées.

Hann hafði verið að horfa til baka á Gregor með samanbrjóttum vörum.

Il reculait progressivement vers la porte.

Hann hafði smám saman verið að hörfa í átt að dyrunum.

Mais il ne pouvait pas non plus détacher son regard de Gregor.

En hann gat ekki heldur tekið augun af Gregor.

Il avait l'impression qu'il lui était secrètement interdit de quitter la pièce.

Honum fannst eins og leynilegt bann væri við því að fara úr herberginu.

Mais à ce stade, il se trouvait déjà dans le hall d'entrée.

En á þessu stigi var hann þegar kominn inn í forstofuna.
Et soudain, il fit un mouvement vers la sortie.
Og nú hreyfði hann sig skyndilega í átt að útgöngunum.
Il tendit la main droite vers les escaliers.
Hann rétti hægri höndina út í átt að stiganum.
Peut-être qu'une force surnaturelle attendait pour le sauver.
Kannski beið yfirnáttúrulegur kraftur hans til að bjarga honum.
Gregor savait qu'il ne pouvait pas le laisser partir comme ça.
Gregor vissi að hann gat ekki leyft honum að fara svona.
Le manager ne doit pas revenir dans le même état d'esprit qu'avant.
Stjórinn má ekki snúa aftur í því skapi sem hann var í.
La sécurité de l'emploi de Gregor était fortement menacée.
Öryggi starfs Gregors var í mikilli hættu.
Les parents ne comprenaient pas tout cela.
Foreldrarnir gátu ekki skilið allt þetta til fulls.
Au fil des ans, ils s'étaient habitués à sa sécurité d'emploi.
Með árunum höfðu þau vanist starfsöryggi hans.
Et ils étaient convaincus qu'il avait ce poste à vie.
Og þau voru sannfærð um að hann hefði starfið alla ævi.
Au lieu de cela, ils s'étaient préoccupés d'autres soucis.
Í staðinn höfðu þau orðið upptekin af öðrum áhyggjum.
Mais ces préoccupations leur ont fait perdre toute prévoyance.
En þessar áhyggjur leiddu til þess að þeir misstu alla framsýni.
Gregor, cependant, n'avait pas perdu la clairvoyance de ses parents.
Gregor hafði þó ekki misst framsýni foreldrisins.
Il a fallu que quelqu'un arrête le représentant autorisé.
Einhver þurfti að stöðva umboðsmanninn.
Il allait devoir le calmer et le convaincre.
Hann yrði að róa hann og sannfæra hann.
L'avenir de Gregor et de sa famille en dépendait !
Framtíð Gregors og fjölskyldu hans var undir því komin!
Si seulement sa sœur intelligente avait été là pour l'aider.
Ef aðeins gáfaða systirin hefði verið hér til að hjálpa.

Elle avait déjà pleuré alors que Gregor était encore dans sa chambre.

Hún hafði þegar grátið þegar Gregor var enn inni í herbergi sínu.

À ce moment-là, il était simplement allongé tranquillement sur le dos.

Á þeim tímapunkti lá hann bara rólegur á bakinu.

Elle connaissait déjà l'importance de la situation à ce moment-là.

Hún vissi þá þegar hversu mikilvæg staða málsins var.

Le directeur était connu pour avoir un faible pour les femmes.

Stjórinn hafði alkunna mjúka hlið á konum.

Elle aurait facilement pu le persuader de rester plus longtemps.

Hún hefði auðveldlega getað fengið hann til að vera lengur.

Elle aurait fermé la porte et l'aurait fait rentrer.

Hún hefði lokað hurðinni og leitt hann aftur inn.

Mais malheureusement, sa sœur était partie chercher un médecin.

En því miður hafði systirin farið til læknis.

Gregor n'avait donc pas d'autre choix que de le faire lui-même.

Þess vegna hafði Gregor ekkert annað val en að gera það sjálfur.

Il n'avait pas réfléchi à quelles étaient réellement ses capacités.

Hann hafði ekki íhugað hverjir hæfileikar hans í raun og veru voru.

Et il avait oublié de se méfier de sa capacité à parler.

Og hann hafði gleymt að vantreysta hæfni sinni til að tala.

Mais il a néanmoins quitté la sécurité de sa chambre.

En engu að síður yfirgaf hann öryggi herbergis síns.

Et il se faufila par l'ouverture de la pièce.

Og hann ýtti sér inn um opið á herberginu.

Le directeur était déjà en train de descendre les escaliers.

Stjórinn var þegar á leiðinni niður stigann.

Mais il s'accrochait à la rambarde à deux mains.
En hann hélt báðum höndum um handriðið.
Gregor tomba en se poussant à travers la porte.
Gregor féll þegar hann ýtti sér inn um dyrnar.
Il laissa échapper un petit cri en cherchant un appui.
Hann öskraði lágt um leið og hann greip til stuðnings.
Mais au lieu de paniquer, il a ressenti un bien-être physique.
En í stað þess að örvænta fann hann fyrir líkamlegri vellíðan.
Pour la première fois ce matin-là, quelque chose semblait juste.
Í fyrsta skipti þann morgun fannst mér eitthvað rétt.
Il avait désormais toutes les jambes bien ancrées au sol.
Allir fætur hans höfðu nú fast land undir sér.
Il était surpris de constater à quel point il contrôlait bien ses jambes.
Hann varð hissa á því hve vel hann gat stjórnað fótunum sínum.
Il était heureux de constater que ses jambes lui obéissaient parfaitement.
Hann var ánægður að taka eftir því að fætur hans hlýddu honum fullkomlega.
En réalité, ses jambes le portaient partout où il le voulait.
Reyndar báru fæturnir hann hvert sem hann vildi.
Bientôt, tous ses chagrins allaient prendre fin.
Brátt var öllum sorgum hans ætlað að taka enda.
Mais au même moment, sa propre mère se leva d'un bond.
En á sömu stundu stökk móðir hans upp.
Ses bras étaient tendus et ses doigts écartés.
Hendur hennar voru útréttar og fingurnir breiddir út.
Et elle s'est écriée : « Au secours ! Au nom de Dieu, que quelqu'un m'aide ! »
Og hún hrópaði: „Hjálp, fyrir Guðs sakir, einhver hjálpi!"
Elle inclina la tête ; elle voulait mieux voir Gregor.
Hún hallaði höfðinu; hún vildi sjá Gregor betur.
Mais contrairement à sa première action, elle est revenue en courant.
En í kjölfar fyrstu aðgerðarinnar hljóp hún til baka.

Elle avait oublié que la table était mise derrière elle.

Hún hafði gleymt að borðið var sett fyrir aftan hana.

Tout ce qui était prévu pour le petit-déjeuner était encore sur la table.

Allt sem til var í morgunmatinn var enn á borðinu.

Elle s'assit précipitamment sur la table, comme distraite.

Hún settist í flýti niður við borðið, eins og hún væri annars hugar.

Et elle n'a pas semblé remarquer le café renversé.

Og hún virtist ekki taka eftir kaffinu sem helltist út.

Le café était maintenant en train d'imbiber la moquette.

Kaffið sem nú var að síast inn í teppið.

« Maman, maman », dit doucement Gregor en levant les yeux vers elle.

„Móðir, móðir," sagði Gregor lágt og leit upp til hennar.

Pour le moment, le manager ne lui importait pas.

Í bili var framkvæmdastjórinn ekki mikilvægur fyrir hann.

Mais il y avait aussi le café qui coulait sur la moquette.

En þar var líka kaffið að leka á teppið.

Gregor n'a pas pu s'empêcher de claquer des dents devant le café.

Gregor gat ekki staðist að smella kjálkunum yfir kaffið.

La mère se remit à pleurer à cause de son comportement.

Móðirin fór að gráta aftur vegna hegðunar hans.

Elle a sauté de la table pour prendre ses distances avec lui.

Hún stökk af borðinu til að fjarlægja sig frá honum.

Et elle s'est réfugiée dans les bras de son père.

Og hún hljóp í faðm föðurins, til öryggis.

Mais Gregor n'avait plus de temps à consacrer à ses parents.

En Gregor hafði engan tíma aflögu fyrir foreldra sína núna.

L'agent habilité se trouvait déjà dans l'escalier.

Viðurkenndi embættismaðurinn var þegar kominn upp á stigann.

Il avait le menton appuyé sur la rambarde, pour regarder à l'intérieur de la maison.

Hann hafði hökuna á handriðið til að horfa inn í húsið.

Apparemment, il voulait jeter un dernier coup d'œil au spectacle.

Greinilega vildi hann sjá sjónarspilið í síðasta sinn.

Et Gregor fit un dernier effort pour joindre le directeur.

Og Gregor gerði sína síðustu tilraun til að ná í framkvæmdastjórann.

Il courut vers la porte aussi prudemment qu'il le put.

Hann hljóp að dyrunum eins öruggt og hann gat.

Mais le chef de bureau devait se douter de quelque chose.

En yfirskrifarinn hlýtur að hafa grunað eitthvað.

Parce qu'il a descendu quelques marches et a disparu.

Því hann stökk niður nokkur þrep og hvarf.

« Hein ! » s'écria Gregor, sa voix résonnant dans la cage d'escalier.

„Ha!" hrópaði Gregor og ómaði um stigann.

La fuite du manager sembla également déconcerter son père.

Flótti framkvæmdastjórans virtist einnig rugla föður hans.

Jusque-là, il était parvenu à garder son calme.

Honum hafði fram að þessu tekist að halda ró sinni.

Mais malheureusement, lui aussi a perdu le sang-froid qu'il avait eu.

En því miður missti hann líka róina sem hann hafði haft.

Il aurait dû aider Gregor dans sa quête.

Það sem hann hefði átt að gera var að hjálpa Gregor í leit sinni.

Mais, d'une main, il saisit la canne du directeur.

En hann greip göngustaf framkvæmdastjórans í annarri hendi.

Et dans l'autre main, il tenait maintenant un journal.

Og í hinni hendinni hélt hann nú á dagblaði.

Et il entravait désormais directement Gregor dans sa poursuite.

Og hann hindraði nú beint Gregor í eftirför hans.

Il s'était placé entre Gregor et la rue.

Hann hafði komið sér fyrir á milli Gregors og götunnar.

Il tapa du pied et agita le bâton et le journal.

Hann stappaði fætunum og veifaði prikinu og dagblaðinu.

Et il forçait activement Gregor à retourner dans sa chambre.

Og hann var virkur í að neyða Gregor aftur inn í herbergið sitt.

Aucune des demandes formulées par Gregor n'a été utile.
Engin af þeim beiðnum sem Gregor reyndi að koma með
dugði.
Parce qu'aucune de ses demandes n'a été comprise.
Vegna þess að engar af þeim beiðnum sem hann bar fram
voru skildar.
Il tourna la tête vers un angle plus profond et plus humble.
Hann sneri höfðinu í dýpri og auðmjúkari sjónarhorn.
Mais son père répondit en tapant du pied encore plus fort.
En faðir hans svaraði með því að trampa enn fastar með
fótunum.
La mère ouvrit une fenêtre, malgré la fraîcheur ambiante.
Móðirin opnaði glugga, þrátt fyrir kalt veður.
Et elle enfouit son visage dans ses mains froides.
Og hún þrýsti andlitinu í hendurnar í kuldanum.
Le vent pouvait désormais traverser tout l'appartement.
Vindurinn gat nú farið um alla íbúðina.
Un fort courant d'air soufflait de l'escalier vers la ruelle.
Sterkur trekk blés frá stiganum niður í sundið.
Les rideaux claquaient sous l'effet du vent violent.
Gluggatjöldin blaktu til og frá í sterkum vindi.
Et le journal posé sur la table bruissait dans le vent.
Og dagblaðið á borðinu raslaði í vindinum.
**Même des feuilles ont été soufflées à l'intérieur de la maison
depuis l'extérieur.**
Jafnvel nokkur laufblöð fjúkuðu inn í húsið að utan.
Le père tapa du pied et poussa sans relâche.
Faðirinn stappaði með fótunum og ýtti óþreytandi.
**Et il sifflait et émettait des bruits comme un homme
sauvage.**
Og hann hvæsti og gaf frá sér hljóð eins og villimaður myndi
gera.
**Mais Gregor ne s'était pas encore entraîné à marcher à
reculons.**
En Gregor hafði ekki enn æft sig í að ganga aftur á bak.
**Même Gregor admettrait que ce mouvement était beaucoup
plus lent.**

Jafnvel Gregor myndi viðurkenna að þessi hreyfing væri miklu hægari.

Tout ce qu'il souhaitait, c'était avoir la possibilité de faire demi-tour.

Það eina sem hann vildi var þó tækifæri til að snúa við.

Il serait alors allé directement dans sa chambre.

Þá hefði hann farið strax inn í herbergið sitt.

Mais il avait trop peur d'impatienter son père.

En hann var of hræddur við að gera föður sinn óþolinmóður.

Et il y avait la menace d'un coup de bâton.

Og þar var hótun um högg með prikinu.

Un tel coup à l'arrière de la tête pourrait être fatal.

Slíkt högg á aftanverðan höfuðið gæti verið banvænt.

Mais finalement, Gregor n'avait pas d'autre choix.

En að lokum hafði Gregor engan annan kost.

Il s'est rendu compte qu'il ne pouvait même plus marcher droit à reculons.

Hann áttaði sig á því að hann gat ekki einu sinni gengið beint aftur á bak.

Il commença à se retourner aussi vite qu'il le put.

Hann byrjaði að snúa sér við eins hratt og hann gat.

Mais en réalité, ce mouvement de rotation était tout aussi lent.

En í raun og veru var þessi beygjuhreyfing alveg jafn hæg.

Et il fut suivi des regards anxieux du père.

Og honum fylgdu áhyggjufull augnaráð föðurins.

Peut-être le père avait-il remarqué les bonnes intentions de Gregor.

Kannski tók faðirinn eftir góðum fyrirætlunum Gregors.

Parce qu'il ne l'a pas empêché de se retourner.

Því hann truflaði hann ekki frá því að snúa við.

Il a même utilisé le bout de son bâton pour guider la rotation.

Hann notaði meira að segja oddinn á stafnum sínum til að stýra snúningnum.

Mais Gregor aurait préféré que son père ne lui ait pas sifflé dessus !

En Gregor óskaði samt að faðirinn hefði ekki hvæst á hann!

Le sifflement ne fit qu'ajouter à la confusion du moment.

Hvæsið jók aðeins á ruglinguna á augnablikinu.

Puis il a commis une erreur et a tourné dans la mauvaise direction.

Og svo gerði hann mistök og beygði í ranga átt.

Finalement, il a réussi à se tourner dans la bonne direction.

Að lokum tókst honum loksins að horfast í augu við rétta leiðina.

Et il était satisfait des progrès qu'il avait accomplis.

Og hann var ánægður með þær framfarir sem hann hafði náð.

Mais un autre problème est alors devenu encore plus évident.

En þá varð næsta vandamál enn augljósara.

Son corps était trop large pour passer facilement la porte.

Líkami hans var of breiður til að komast auðveldlega í gegnum dyrnar.

Dans son état actuel, le père ne s'en est pas aperçu.

Í núverandi ástandi tók faðirinn ekki eftir þessu.

Il ne lui vint donc pas à l'esprit d'ouvrir davantage la porte.

Því datt honum ekki í hug að opna dyrnar frekar.

Il y aurait alors eu suffisamment de place pour Gregor.

Þá hefði verið nægilegt pláss fyrir Gregor.

Sa seule priorité était de faire entrer Gregor dans sa chambre.

Eina forgangsverkefni hans var að fá Gregor inn í herbergið sitt.

Il aurait dû se lever pour passer la porte.

Hann hefði þurft að standa upp til að komast í gegnum dyrnar.

Mais le père n'aurait pas permis une telle manœuvre.

En faðirinn hefði ekki leyft slíka aðgerð.

En fait, il le sifflait encore plus sauvagement qu'avant.

Reyndar hvæsti hann á hann enn villtar en áður.

On aurait dit qu'il y avait plus d'un homme qui lui sifflait dessus.

Það hljómaði eins og meira en bara einn maður væri að hvæsa
á hann.
Ses revendications semblaient revêtir une nouvelle urgence.
Kröfur hans virtust hafa nýja brýna áherslu á bak við sig.
Il n'y avait vraiment plus de temps à perdre.
Það var í raun enginn tími til að fikta lengur.
Quoi qu'il arrive, Gregor devait franchir la porte.
Hvað sem gerðist, þá varð Gregor að komast inn um dyrnar.
Il s'est imposé sans aucun égard pour lui-même.
Hann ýtti sér áfram án nokkurrar sjálfsvirðingar.
**Un côté de son corps fut projeté vers le haut par le
mouvement.**
Önnur hlið líkama hans var þvinguð upp á við hreyfinguna.
**Et il était allongé de travers, maladroitement, dans
l'embrasure de la porte.**
Og hann lá vandræðalega og skakkt á milli dyragættanna.
**Un de ses flancs était à vif à cause du frottement contre le
bois.**
Önnur hlið hans var nudduð hrá við viðinn.
**Et il avait laissé des taches disgracieuses sur la porte peinte
en blanc.**
Og hann hafði skilið eftir ljóta bletti á hvítmálaðu hurðinni.
**Les jambes d'un de ses côtés pendaient en tremblant dans le
vide.**
Fæturnir á annarri hlið hans héngu skjálfandi í loftinu.
**Ses autres jambes étaient douloureusement enfoncées dans
le sol.**
Hinir fætur hans voru þrýstir sársaukafullt niður í gólfið.
**Bientôt, il allait se retrouver complètement coincé entre la
porte et le mur.**
Brátt yrði hann fastur alveg á milli dyranna.
Et alors, il n'aurait plus pu bouger du tout.
Og þá hefði hann alls ekki getað hreyft sig.
**Mais le père lui a donné une forte impulsion véritablement
libératrice.**
En faðirinn gaf honum sannarlega frelsandi og kröftugt ýti.
Et il tomba, ensanglanté, loin dans sa chambre.

Og hann féll, blóðugur, langt inn í herbergið sitt.
Le père claqua la porte derrière lui avec sa canne.
Faðirinn skellti hurðinni á eftir sér með stafnum sínum.
Et puis, enfin, le calme et la tranquillité revinrent.
Og þá loksins varð aftur friður og ró.

Deuxième partie
Annar hluti

Gregor ne s'est réveillé que bien plus tard dans la journée.

Gregor vaknaði ekki fyrr en miklu síðar um daginn.

Le crépuscule était tombé ; il avait dormi profondément, inconsciemment.

Rökkur var fallinn; hann hafði sofið þungt og meðvitundarlaus.

Il se serait réveillé même sans avoir été dérangé.

Hann hefði vaknað jafnvel án þess að vera truflaður.

Parce qu'il se sentait suffisamment reposé et avait bien dormi.

Vegna þess að hann fann sig nægilega úthvíldan og sofa vel.

Mais il crut entendre quelques pas furtifs à l'extérieur.

En honum fannst hann heyra einhver fljótfærnisleg skref fyrir utan.

Et quelqu'un aurait pu refermer soigneusement la porte d'entrée.

Og einhver gæti hafa lokað aðaldyrunum varlega.

La lumière du tramway électrique se projetait faiblement au plafond.

Ljós rafmagnssporvagnsins lá föl á loftinu.

Le dessus du meuble a également reçu un peu de lumière.

Efsta hluti húsgagnanna fékk líka smá ljós.

Mais en bas, au niveau de Gregor, il faisait sombre.

En niðri á jörðinni, á hæð Gregors, var dimmt.

Ses jambes le poussèrent lentement de nouveau vers la porte.

Fætur hans ýttu honum hægt aftur að dyrunum.

Il était très curieux de voir ce qui s'était passé là-bas.

Hann var mjög forvitinn að sjá hvað hefði gerst þar.

Mais le contrôle de ses antennes n'était pas encore développé.

En stjórn hans á tilfinningunum var ekki enn þroskuð.

Bien qu'il ait commencé à apprécier ces nouveaux capteurs.

Þótt hann fór að kunna að meta þessa nýju skynjara.

Une longue et disgracieuse cicatrice semblait lui barrer le flanc gauche.

Langt óþægilegt ör virtist liggja niður vinstri hlið hans.

La cicatrice lui donnait l'impression de contracter ce côté de son corps.

Örin fannst eins og hún hefði herpst á þeirri hlið líkamans.

Il devait donc littéralement boiter en s'appuyant sur ses deux rangées de pattes.

Og því þurfti hann bókstaflega að haltra á tveimur fótaröðum sínum.

L'une de ses jambes avait été grièvement blessée ce matin-là.

Annar fótur hans hafði meiðst alvarlega þennan morgun.

C'était vraiment un miracle qu'il ne se soit pas cassé plus de jambes.

Það var í raun kraftaverk að hann skyldi ekki hafa brotið fleiri fætur.

Et il traîna donc sa jambe blessée, inerte, derrière lui.

Og þannig dró hann meiddan fótinn líflausan á eftir sér.

Lorsqu'il atteignit la porte, il réalisa quelque chose de profond.

Þegar hann kom að dyrunum rann upp fyrir honum eitthvað djúpstætt.

C'était l'odeur de quelque chose qui l'avait attiré là.

Það var lyktin af einhverju sem hafði lokkað hann þangað.

Quelque chose de comestible avait été laissé pour Gregor dans sa chambre.

Eitthvað ætis hafði verið skilið eftir handa Gregori í herberginu hans.

Des morceaux de pain blanc flottant dans un bol de lait sucré.

Bitar af hvítu brauði fljóta í skál af sætri mjólk.

Il pouvait à peine contenir la joie qui l'habitait.

Hann gat varla haldið gleðinni sem innra með honum ríkti.

Il avait encore plus faim maintenant que le matin.

Hann var enn svangari núna en hann var í morgun.

Il plongea aussitôt la tête dans le bol de lait.

Hann stakk höfðinu samstundis ofan í mjólkurskálina.

Le lait lui recouvrait presque toute la tête, jusqu'aux yeux.

Mjólkin kom út um næstum allt höfuð hans, upp að augunum.

Mais il a rapidement retiré sa tête, amèrement déçu.

En hann dró fljótlega höfuðið aftur, sárlega vonsvikinn.

L'alimentation était difficile en raison de la fragilité de son côté gauche.

Það var erfitt að borða vegna viðkvæmrar vinstri hliðar hans.

Et il ne pouvait manger qu'en haletant de tout son corps.

Og hann gat aðeins borðað með því að andasmella með öllum líkamanum.

Mais ce n'était pas la véritable raison de sa déception.

En það var ekki hin raunverulega ástæða fyrir vonbrigðum hans.

Le lait avait toujours été l'un de ses plats préférés.

Mjólk hafði alltaf verið einn af uppáhaldsréttunum hans.

Il ne doutait pas que sa sœur s'en souvenait.

Hann efaðist ekki um að systir hans hefði munað þetta.

Et c'est pour cela qu'elle lui avait donné du lait.

Og það var ástæðan fyrir því að hún hafði gefið honum mjólk.

Il n'a pas su expliquer pourquoi il n'aimait plus le lait.

Hann gat ekki útskýrt hvers vegna honum líkaði nú ekki mjólk.

Et il se détourna du bol presque à contrecœur.

Og hann sneri sér frá skálinni næstum með tregðu.

Déçu, il retourna en rampant au milieu de la pièce.

Vonsvikinn skreið hann aftur inn í miðja herbergið.

De là, il pouvait voir à travers la fente de la porte.

Hér gat hann séð í gegnum rifuna í hurðinni.

Il pouvait voir que le feu était allumé dans le salon.

Hann sá að eldurinn var kveiktur í stofunni.

Habituellement, à cette heure-ci, le père lisait le journal.

Venjulega á þessum tíma las faðirinn dagblaðið.

Il avait toujours l'habitude de lire à sa mère à voix haute.

Hann las alltaf fyrir mömmu sína með hækkaðri röddu.

Parfois, la sœur écoutait aussi les conversations du père.

Stundum hlustaði systirin líka á föðurinn.

Elle avait toujours parlé à Gregor de ces lectures à voix haute.

Hún hafði alltaf sagt Gregor frá þessum upplestri.

Mais aujourd'hui, aucun son ne provenait de la pièce.

En í dag heyrðist ekkert hljóð úr herberginu.

Peut-être cette habitude s'était-elle déjà perdue.

Kannski var þessi venja þegar horfin úrelt.

Un silence profond s'était installé dans tout l'appartement.

Djúp þögn hafði lagst yfir alla íbúðina.

Bien qu'il sût que l'appartement n'était certainement pas vide.

Þótt hann vissi að íbúðin væri alls ekki tóm.

« Quelle vie tranquille mène cette famille », pensa Gregor.

„Hvílíkt rólegt líf fjölskyldan lifir,“ hugsaði Gregor.

Et il fixa l'obscurité avec une grande fierté.

Og hann starði út í myrkrið með miklum stolti.

Il était fier de la vie qu'il avait pu leur offrir.

Hann var stoltur af því lífi sem hann hafði getað gefið þeim.

Il était fier du bel appartement qu'ils occupaient.

Hann var stoltur af fallegu íbúðinni sem þau bjuggu í.

Mais cette paix était-elle sur le point de connaître une fin tragique ?

En ætlaði allur þessi friður að enda á hræðilegan hátt?

Allait-on leur ravir leur prospérité ?

Var auðæfi þeirra tekin frá þeim?

Leur bonheur était-il désormais incertain pour l'avenir ?

Var ánægja þeirra nú óviss í framtíðinni?

Mais il ne voulait pas se perdre dans de telles pensées.

En hann vildi ekki týnast í slíkum hugsunum.

Pour s'occuper, il grimpait et descendait les murs.

Til að halda sér uppteknum skreið hann upp og niður veggina.

Durant cette longue soirée, une porte était entrouverte.

Á hinu langa kvöldi var ein hurð opnuð lítillega.

Et à un autre moment, l'autre porte s'ouvrit légèrement.

Og á öðrum tímapunkti opnaðist hin hurðin lítillega.

Mais à chaque fois, les portes se sont refermées aussitôt.

En í bæði skiptin voru dyrnar lokaðar fljótt aftur.
De toute évidence, quelqu'un à l'extérieur souhaitait entrer.
Greinilega hafði einhver utanaðkomandi löngun til að koma inn.
Mais ils avaient aussi trop d'inquiétudes à l'idée de venir.
En þeir höfðu líka of margar áhyggjur af því að koma inn.
Gregor s'arrêta alors net devant la porte du salon.
Gregor stoppaði nú beint við stofudyrnar.
Il était déterminé à trouver un moyen de tenter le visiteur hésitant.
Hann var staðráðinn í að freista hins hikandi gests á einhvern hátt.
Il voulait aussi savoir qui était le visiteur.
Og hann vildi líka vita hver gesturinn hefði verið.
Mais ce soir-là, la porte ne fut pas ouverte une troisième fois.
En þetta kvöld var hurðin ekki opnuð í þriðja sinn.
Et Gregor passa son temps à attendre en vain près de la porte.
Og Gregor beið til einskis við dyrnar.
Plus tôt dans la journée, ils avaient tous voulu entrer dans la pièce.
Fyrr um daginn vildu þau öll koma inn í herbergið.
Maintenant que les portes étaient déverrouillées, ce serait plus facile pour eux.
Nú þegar dyrnar væru ólæstar yrði það auðveldara fyrir þá.
Mais ils ont choisi de rester de l'autre côté de la pièce.
En þau kusu að vera hinum megin í herberginu.
Gregor remarqua que les clés n'étaient plus dans leurs serrures.
Gregor tók eftir því að lyklarnir voru ekki lengur í lásunum sínum.
Quelqu'un a dû déplacer les clés vers la serrure extérieure.
Einhver hlýtur að hafa fært lyklana að lásinum að utan.
Ce n'est que tard dans la nuit que la lumière du salon était éteinte.
Það var ekki fyrr en seint á kvöldin sem ljósið í stofunni var slökkt.

La famille a dû rester éveillée tout ce temps.
Fjölskyldan hlýtur að hafa verið vakandi allan tímann.
Et Gregor pouvait clairement les entendre s'éloigner sur la pointe des pieds.
Og Gregor heyrði greinilega þá ganga í burtu á tánum.
Désormais, personne n'allait venir voir Gregor avant le lendemain matin.
Nú ætlaði enginn að koma til Gregors fyrr en undir morgun.
Il eut donc tout le temps d'être seul, de réfléchir en toute tranquillité.
Hann hafði því langan tíma út af fyrir sig, til að hugsa ótruflaður.
Quelle serait la meilleure façon de réorganiser sa vie maintenant ?
Hver væri besta leiðin til að endurskipuleggja líf hans núna?
Mais les hauts murs de la pièce vide l'effrayaient.
En háu veggirnir í tóma herberginu hræddu hann.
Il n'avait pas d'autre choix que de s'allonger à plat ventre sur le sol.
Hann hafði ekkert annað val en að leggjast flatur á jörðina.
Et il n'a jamais trouvé la cause de sa peur dans cet espace.
Og hann fann aldrei orsök ótta síns á þeim stað.
C'était la même pièce où il avait vécu pendant cinq ans.
Þetta var sama herbergið sem hann hafði búið í í fimm ár.
Semi-consciemment, il fit un mouvement vers le canapé.
Hálfmeðvitaður hreyfði hann sig í átt að sófanum.
Et sans aucune honte, il se cacha sous le canapé.
Og án nokkurrar skammar faldi hann sig undir sófanum.
Là-bas, il se sentit immédiatement de nouveau très à l'aise.
Þar niðri leið honum strax mjög vel aftur.
Bien que son dos soit un peu comprimé.
Þrátt fyrir að bakið á honum væri svolítið þrýst.
Il ne pouvait plus non plus lever la tête sous le canapé.
Hann gat ekki lengur lyft höfðinu undir sófann heldur.
Mais même cela, il préférait éviter de se trouver dans un espace ouvert.
En jafnvel þetta kaus hann frekar en að vera á opnu svæði.

Il regrettait toutefois que son corps soit si large.
Hins vegar iðraðist hann þess að líkami hans væri svona breiður.
Le canapé ne pouvait pas recouvrir entièrement son corps.
Sófinn gat ekki hulið allan líkama hans alveg.
Il est resté sous le canapé toute la nuit.
Hann lá undir sófanum alla nóttina.
Il passa la nuit à moitié endormi, troublé par sa faim.
Nóttina svaf hann hálfsofandi, órólegur af hungri.
Et le temps qu'il passait éveillé, il le consacrait soit à s'inquiéter, soit à espérer.
Og vakandi tíma eyddi hann annað hvort í áhyggjum eða von.
Mais tous ses vagues espoirs menaient à la même conclusion.
En allar hans óljósu vonir leiddu til sömu niðurstöðu.
Il n'avait d'autre choix que de rester silencieux pour le moment.
Hann hafði ekkert annað val en að þegja í bili.
Il devait faire preuve de patience et de considération envers la famille.
Hann þurfti að sýna fjölskyldunni þolinmæði og tillitssemi.
C'était le seul moyen de rendre ce désagrément supportable.
Þetta var eina leiðin til að gera óþægindin þolanleg.
Le désagrément qu'il imposait désormais à la famille.
Óþægindin sem hann var nú að þröngva upp á fjölskylduna.
Il n'a pas eu à attendre longtemps pour prouver sa compassion.
Hann þurfti ekki að bíða lengi til að sanna samúð sína.
Tôt le matin, sa sœur jeta un coup d'œil dans sa chambre.
Snemma morguns leit systirin inn í herbergi hans.
En réalité, c'était autant la nuit que le matin.
Þótt það væri í raun jafn mikið nótt og morgunn.
Elle était entièrement habillée et semblait éprouver de l'excitation.
Hún var fullklædd og virtist sýna spennu.
La solidité de sa décision nouvellement prise pourrait être mise à l'épreuve.

Styrkur nýteknu ákvörðunar hans gæti reynt á.

Elle ne l'a pas immédiatement repéré au premier coup d'œil.

Hún fann hann ekki strax við fyrstu sýn.

Il devait forcément être quelque part ; il n'aurait pas pu s'envoler.

Hann varð að vera einhvers staðar; hann gat ekki flogið í burtu.

Puis son regard parcourut une seconde fois la pièce.

En þá sveipaði hún aftur yfir herbergið.

Et cette fois, elle a aperçu son torse sous le canapé.

Og að þessu sinni sá hún búk hans undir sófanum.

Elle était si effrayée qu'elle a perdu tout contrôle d'elle-même.

Hún varð svo hrædd að hún missti alla sjálfstjórn.

Et sa première réaction fut de claquer la porte à nouveau.

Og fyrsta viðbrögð hennar voru að skella hurðinni aftur í lás.

Mais elle a aussi semblé immédiatement regretter son comportement.

En hún virtist líka strax sjá eftir hegðun sinni.

Aussitôt qu'elle eut claqué la porte, elle la rouvrit.

Um leið og hún skellti hurðinni opnaði hún hana aftur.

Et cette fois, elle entra dans la pièce sur la pointe des pieds.

Og að þessu sinni læddist hún varlega inn í herbergið á tánum.

Elle se déplaçait comme si elle rendait visite à une personne gravement malade.

Hún hreyfði sig eins og hún væri að heimsækja alvarlega veikan mann.

Ou bien elle rendait visite à un parfait inconnu.

Eða hún gæti hafa verið að heimsækja algjöran ókunnugan mann.

Gregor poussa sa tête presque jusqu'au bord du canapé.

Gregor ýtti höfðinu næstum upp að brún sófans.

Et, caché sous le coffre-fort, il l'observait dans la pièce.

Og undan öryggishólfinu horfði hann á hana inni í herberginu.

Allait-elle remarquer qu'il avait oublié le lait ?

Ætlaði hún að taka eftir því að hann hafði skilið mjólkina eftir?
Il n'avait pas laissé le lait par manque de faim.
Hann hafði ekki yfirgefið mjólkina vegna hungursleysis.
Allait-elle lui apporter un autre plat ?
Ætlaði hún að færa honum annan mat í staðinn?
Peut-être un plat qui corresponde mieux à ses goûts.
Kannski réttur sem hentaði hans smekk betur.
Mais elle aurait dû remarquer elle-même son appétit.
En hún hefði sjálf þurft að taka eftir matarlyst hans.
Il aurait préféré mourir de faim plutôt que de lui en parler.
Hann hefði frekar viljað svelta en að láta hana vita af því.
En réalité, il aurait beaucoup aimé le lui dire.
Reyndar hefði hann mjög gjarnan viljað segja henni frá því.
Il était vraiment tenté de tirer sur lui depuis sous le canapé.
Hann freistaðist virkilega til að skjóta undan sófanum.
Il avait envie de se jeter aux pieds de sa sœur.
Hann langaði til að kasta sér niður fyrir fætur systur sinnar.
Et il voulait lui demander quelque chose de bon à manger.
Og hann vildi biðja hana um eitthvað gott að borða.
Mais la sœur regarda alors le bol de lait.
En þá leit systirin í átt að skálinni með mjólkinni.
Elle remarqua aussitôt que le bol était encore plein.
Hún tók strax eftir því að skálin var enn full.
Elle était plutôt surprise que Gregor n'ait rien mangé.
Hún var frekar hissa á að Gregor hefði ekki borðað neitt.
Seul un peu de lait avait été renversé sur le sol.
Aðeins lítil mjólk hafði hellst á gólfið.
Elle a aussitôt ramassé le bol et l'a emporté.
Hún tók strax upp skálina og bar hana út.
Il vit qu'elle ne ramassait pas le bol à mains nues.
Hann sá að hún tók ekki skálina upp með berum höndum.
Au lieu de cela, elle ramassa le bol à l'aide d'un des chiffons.
Í staðinn tók hún skálina upp með einum af tuskunum.
Mais Gregor oublia très vite ce petit détail.
En Gregor gleymdi mjög fljótt þessu smáatriði.
**Il était désormais beaucoup plus enthousiaste à propos
d'autre chose.**

Hann var nú miklu spenntari fyrir einhverju öðru.
Qu'est-ce qu'elle pourrait apporter à la place du lait ?
Hvað gæti hún komið með í staðinn fyrir mjólkina?
Il avait diverses idées sur ce qu'elle pourrait apporter.
Hann hafði ýmsar hugsanir um hvað hún gæti komið með.
Mais la gentillesse de sa sœur a dépassé ses espérances.
En góðvild systur hans fór fram úr væntingum hans.
Elle comprit qu'elle devait tester ses nouveaux goûts.
Hún áttaði sig á því að hún þurfti að prófa nýja smekk hans.
Elle a donc apporté toute une sélection de plats différents.
Svo kom hún með allt úrval af alls konar mat.
Légumes à moitié pourris, os du repas du soir.
Hálf-rotið grænmeti, bein frá kvöldmatnum.
De la sauce solidifiée provenant de leur autre repas.
Storknuð sósa úr hinni máltíðinni sem þau höfðu borðað.
Quelques raisins secs, des amandes, du pain sec, du pain beurré.
Nokkrar rúsínur, nokkrar möndlur, þurrt brauð, smjörbrauð.
Du pain beurré et salé.
Nokkuð brauð sem hafði verið smurt og einnig saltað.
Du fromage que Gregor avait déclaré immangeable il y a deux jours.
Ostur sem Gregor hafði lýst óætan fyrir tveimur dögum.
Toute cette sélection de nourriture était disposée sur un journal.
Allt þetta matarúrval var sett í dagblað.
Elle a également placé un bol d'eau à côté de ses repas.
Og hún setti líka skál með vatni við hliðina á matnum hans.
Elle savait que Gregor n'aurait pas mangé devant elle.
Hún vissi að Gregor hefði ekki borðað fyrir framan hana.
Par respect pour lui, elle quitta de nouveau la pièce.
Svo af virðingu fyrir honum fór hún úr herberginu aftur.
Et elle a même tourné la clé dans la serrure en partant.
Og hún sneri meira að segja lyklinum í lásinum þegar hún fór.
Mais elle tourna la clé très doucement et avec précaution.
En hún sneri lyklinum mjög hljóðlega og varlega.

De cette façon, seul Gregor saurait que la porte était verrouillée.

Þannig myndi aðeins Gregor vita að hurðin væri læst.

Il pouvait désormais s'installer aussi confortablement qu'il le souhaitait.

Nú gat hann gert sér eins þægilegt og hann vildi.

Les jambes de Gregor s'agitaient frénétiquement à l'heure du repas.

Fætur Gregors voru að titra þegar kom að borða.

Il est à noter qu'il ne ressentait plus aucune gêne.

Það er vert að taka fram að hann fann ekki lengur fyrir neinum óþægindum.

Ses blessures doivent déjà être complètement guéries.

Sár hans hljóta þegar að vera alveg gróin.

Parce qu'il ne ressentait plus ses anciens handicaps.

Vegna þess að hann fann ekki lengur fyrir fyrri fötlun sinni.

Sa nouvelle capacité de guérison le surprit et l'émerveilla.

Nýi hæfileiki hans til að lækna kom honum á óvart og undrandi.

Il y a plus d'un mois, il s'est coupé le doigt avec un couteau.

Fyrir meira en mánuði síðan skar hann sig á fingri með hníf.

Il y a encore deux jours, cette blessure le faisait souffrir.

Þangað til fyrir tveimur dögum var sárið enn að verkja hann.

« Suis-je beaucoup moins sensible maintenant ? » pensa-t-il.

„Er ég miklu minna viðkvæmur núna?“ hugsaði hann með sjálfum sér.

À ce moment-là, il suçait déjà goulûment le fromage.

Nú var hann þegar farinn að sjúga ákaft á ostinum.

Il était plus attiré par le fromage que par les autres aliments.

Hann laðaðist meira að ostinum en hinum matnum.

Il mangeait rapidement un morceau de fromage après l'autre.

Hann borðaði fljótt einn ostbitann á fætur öðrum.

Ses yeux s'embuèrent de satisfaction à la vue de ce goût.

Augun hans táruðu af ánægju við bragðið af því.

Après le fromage, il mangea les légumes et la sauce.

Eftir ostinn borðaði hann grænmetið og sósuna.

Cependant, les aliments frais ne lui plaisaient pas.

Ferski maturinn bragðaðist honum hins vegar ekki vel.

En fait, il ne supportait même pas l'odeur des aliments frais.

Reyndar þoldi hann ekki einu sinni lyktina af ferskum mat.

Il a même éloigné les autres aliments des aliments frais.

Hann dró meira að segja hinn matinn frá ferska matnum.

Et il a très vite terminé la nourriture la plus comestible.

Og mjög fljótt kláraði hann ætasta matinn.

Tous ces mets délicieux avaient un effet soporifique sur lui.

Allur þessi ljúffengi matur hafði syfjandi áhrif á hann.

Et il s'allongea paresseusement à l'endroit où il avait mangé.

Og hann lá rólegur á þeim stað þar sem hann hafði borðað.

Finalement, sa sœur est revenue prendre de ses nouvelles.

Að lokum kom systir hans aftur til að athuga með hann.

Elle a eu la prévoyance de tourner la clé très lentement.

Hún hafði þá framsýni að snúa lyklinum mjög hægt.

Cela a averti Gregor qu'il devait se retirer.

Þetta gaf Gregor viðvörun um að hann ætti að hörfa.

Étourdi et surpris, il se précipita sous le canapé.

Ruglaður og hræddur hraðaði hann sér aftur undir sófann.

Mais rester sous le canapé n'était pas si facile cette fois-ci.

En það var ekki svo auðvelt að vera undir sófanum að þessu sinni.

Son corps s'était un peu arrondi à cause de toute cette nourriture.

Líkami hans var orðinn dálítið kringlóttur eftir allan matinn.

Et il devait se retenir pour ne pas s'épuiser à nouveau.

Og hann þurfti að hafa hemil á sér til að hlaupa ekki út aftur.

Même si la sœur n'est pas restée longtemps dans la chambre.

Jafnvel þótt systirin dvaldi ekki lengi í herberginu.

Il avait du mal à respirer dans cet espace étroit.

Hann átti erfitt með að anda undir þessu þröngu rými.

Mais il a surmonté ces petites crises d'étouffement.

En hann barðist í gegnum litlu köfnunarköstin.

Les yeux exorbités, il observait les agissements de sa sœur.

Með útstæð augu fylgdist hann með athöfnum systurinnar.

La sœur, sans se douter de rien, a tout versé dans un seau.

Grunslausa systirin hellti öllu í fötu.
Elle s'est non seulement débarrassée de la nourriture que Gregor n'avait pas mangée, mais elle l'a fait.
Hún henti ekki aðeins matnum sem Gregor hafði ekki borðað.
Mais elle jetait aussi la nourriture qu'il n'avait pas touchée.
En hún fargaði sér líka við matinn sem hann hafði ekki snert.
Apparemment, cet aliment n'était plus comestible pour personne.
Greinilega var þessi matur nú ekki lengur ætur fyrir neinn.
Elle referma ensuite le seau à nourriture avec un couvercle en bois.
Hún lokaði síðan matarfötunni með tréloki.
Et avec la nourriture, le seau et la serpillière, elle est partie.
Og með matinn, fötuna og moppuna fór hún.
Gregor n'aurait pas pu attendre beaucoup plus longtemps.
Gregor hefði ekki getað beðið mikið lengur.
Dès qu'elle fut partie, il s'échappa de sous le canapé.
Um leið og hún var farin slapp hann undan sófanum.
Il s'étira et souffla de soulagement.
Og hann teygði sig út og andvarpaði af létti.
C'est ainsi que Gregor recevait de la nourriture de temps à autre.
Svona fékk Gregor mat öðru hvoru héðan í frá.
Sa sœur lui a donné à manger une fois, tôt le matin.
Systir hans gaf honum mat einu sinni snemma morguns.
À cette heure-ci, les parents et la bonne dormaient encore.
Á þessum tíma voru foreldrarnir og vinnukonan enn sofandi.
Et il a reçu un deuxième repas après le déjeuner de tout le monde.
Og hann fékk aðra máltíð eftir að allir höfðu borðað hádegismat.
Car à ce moment-là, les parents dormaient aussi un peu.
Því að á þeim tíma sváfu foreldrarnir líka um stund.
Et la servante fut envoyée par la sœur faire une course.
Og vinnukonan var send burt af systurinni í einhver erindi.
Ils n'avaient certainement aucune intention de laisser Gregor mourir de faim.

Þau höfðu alls ekki í hyggju að svelta Gregor.

Mais ils n'auraient pas voulu le regarder manger non plus.

En þau hefðu ekki viljað horfa á hann borða heldur.

Les informations fournies par la sœur étaient suffisantes.

Það sem systirin nefndi voru nægar upplýsingar.

C'était peut-être sa façon d'épargner aux parents leur chagrin.

Kannski var þetta hennar leið til að spara foreldrunum sorgina.

Ils avaient déjà suffisamment souffert de ses actes.

Þau höfðu þegar þjáðst nóg af gjörðum hans.

Le premier jour s'estompait peu à peu dans les mémoires.

Fyrsti dagurinn var smám saman að verða að fjarlægri minningu.

Gregor n'avait aucun moyen de savoir ce qui s'était passé ce jour-là.

Gregor hafði enga leið til að vita hvað hafði gerst þann dag.

Comment le serrurier a-t-il été conduit hors de l'appartement ?

Hvernig var lásasmiðnum vísað út úr íbúðinni?

Quelles excuses ont finalement satisfait le médecin ?

Með hvaða afsökunum var læknirinn að lokum ánægður?

Il n'avait trouvé aucun moyen de se faire comprendre.

Hann hafði enga leið fundið til að gera sig skiljanlegan.

Il n'a même pas réussi à communiquer avec sa sœur.

Honum tókst ekki einu sinni að eiga samskipti við systur sína.

Ils en conclurent donc qu'il ne pouvait pas les comprendre.

Og því héldu þeir að hann gæti ekki skilið þá.

C'est pourquoi aucun effort ne fut fait pour lui parler.

Og þess vegna var engin tilraun gerð til að tala við hann.

Sa sœur venait dans sa chambre tous les matins et à midi.

Systir hans kom inn í herbergið hans á hverjum morgni og í hádeginu.

Mais il devait se contenter d'entendre ses soupirs.

En hann varð að láta sér nægja að heyra andvarp hennar.

Plus tard, elle s'est un peu plus habituée à la forme de Gregor.

Seinna vandist hún aðeins betur form Gregors.

Et elle se sentait un peu plus libre de faire davantage de remarques.

Og hún fann fyrir aðeins meira frelsi til að koma með fleiri athugasemdir.

(Même si elle ne s'y habituerait jamais complètement.)

(Þó hún myndi aldrei venjast honum alveg.)

Et puis Gregor eut de nouveau l'impression qu'on lui parlait un peu plus.

Og þá fannst Gregor aftur að hann væri aðeins meira talaður til hans.

Et il a perçu ce qu'il considérait comme des commentaires amicaux.

Og hann greip það sem hann skynjaði sem vingjarnlegar athugasemdir.

"Il a apprécié son repas aujourd'hui", ou "il a tout mangé".

„Hann naut matarins í dag" eða „hann borðaði allt".

Mais cela n'arrivait que lorsqu'il avait fini de manger.

En það var ekki fyrr en hann hafði borðað allan matinn sinn.

Mais récemment, cela devenait de plus en plus rare.

En undanfarið hefur þetta orðið sjaldgæfara og sjaldgæfara.

« Il touchait à peine à sa nourriture », disait-elle plus souvent maintenant.

„Hann snerti varla matinn sinn," sagði hún oftar núna.

Et il y avait une pointe de tristesse dans sa voix à chaque fois.

Og í hvert skipti var dálítill sorgarsmekkur í röddinni.

Gregor ne pouvait entendre aucune autre nouvelle plus directement.

Gregor gat ekki heyrt aðrar fréttir beint.

Mais il a entendu beaucoup de choses se dire dans les pièces voisines.

En hann heyrði margar fréttir úr herbergjunum við hliðina á honum.

Lorsqu'il a entendu des voix, il a couru vers la porte correspondante.

Þegar hann heyrði raddir hljóp hann að samsvarandi dyrum.

Et il a plaqué tout son corps contre la porte pour entendre.

Og hann þrýsti öllum líkama sínum að dyrunum til að hlusta.

Toutes les conversations le concernaient d'une manière ou d'une autre.

Allar samræðurnar snerust um hann á einn eða annan hátt.

Même lorsque le sujet semblait porter sur autre chose.

Jafnvel þegar umræðuefnið virtist snúast um eitthvað annað.

Cette observation était particulièrement vraie au début.

Þessi athugun átti sérstaklega við í upphafi.

À chaque repas, ils répétaient la même discussion.

Í hverri máltíð endurtóku þau sömu umræðuna.

Ils ne savaient toujours pas comment se comporter en sa présence.

Þau voru enn óviss um hvernig þau ættu að haga sér í kringum hann.

Mais le même sujet a également été abordé entre les repas.

En sama efni var einnig rætt milli mála.

Parce qu'il y avait toujours deux membres de la famille à la maison.

Því það voru alltaf tveir fjölskyldumeðlimir heima.

Personne ne voulait rester seul à la maison.

Enginn vildi vera einn í húsinu.

Mais laisser l'appartement vide était également hors de question.

En að skilja íbúðina eftir tóma kom heldur ekki til greina.

La femme de ménage était la seule à ne pas être attachée à l'appartement.

Þernan var sú eina sem ekki var bundin við íbúðina.

Elle avait déjà demandé à partir dès le premier jour.

Hún hafði þegar beðið um að fara strax á fyrsta degi.

Elle s'est agenouillée et a supplié qu'on la renvoie.

Hún kraup niður og bað um að vera rekin.

La famille ignorait l'étendue des connaissances de la bonne.

Fjölskyldan vissi ekki hversu mikið vinnukonan vissi í raun og veru.

À ce stade, elle n'en avait pas vu plus que quiconque.

Á þeim tímapunkti hafði hún ekki séð meira en nokkur annar.

Ce qui s'était passé restait un mystère pour la famille.

Það sem hafði gerst var enn ráðgáta fyrir fjölskylduna.

Mais un quart d'heure plus tard, elle fit ses adieux.

En fjórðungsstund síðar kvaddi hún hana.

Et elle a remercié la famille, les larmes aux yeux.

Og hún þakkaði fjölskyldunni með tárin í augunum.

Mais en réalité, elle les remerciait de l'avoir libérée.

En í raun þakkaði hún þeim fyrir að hafa sleppt henni.

Ils semblaient lui avoir témoigné la plus grande bienveillance.

Þau virtust hafa sýnt henni hina mestu góðvild.

Elle a même prêté serment, sans qu'on le lui demande.

Hún sór meira að segja eið, án þess að vera beðin um það.

Elle a dit qu'elle ne dirait à personne ce qui s'était passé.

Hún sagðist ekki ætla að segja neinum frá því sem hefði gerst.

Désormais, la sœur devait cuisiner avec sa mère.

Nú þurfti systirin að elda saman með mömmu sinni.

Mais ce n'était pas vraiment un inconvénient majeur.

En þetta var nú ekki alveg of mikil óþægindi.

Parce que de toute façon, ils n'avaient presque rien mangé tous les deux.

Því þau tvö borðuðu nánast ekkert hvort eð er.

Gregor surprenait sans cesse la même conversation.

Aftur og aftur heyrði Gregor sama samtalið.

L'un disait à l'autre qu'il devait manger davantage.

Annar aðilinn var að segja hinum að hann þyrfti að borða meira.

Mais cette personne n'a reçu aucune réponse de son interlocuteur.

En sá aðili fékk ekkert svar frá viðkomandi.

« Merci, j'en ai assez », ou quelque chose de similaire.

„Takk fyrir, ég hef nóg" eða eitthvað álíka.

Peut-être qu'eux non plus ne buvaient plus rien.

Kannski drukku þau heldur ekkert lengur.
Sa sœur demandait souvent à son père s'il voulait de la bière.
Systirin spurði pabba sinn oft hvort hann vildi bjór.
Et elle a proposé chaleureusement d'aller chercher la bière elle-même.
Og hún bauðst hlýlega til að sækja bjórinn sjálf.
Le père gardait toujours le silence à sa demande.
Faðirinn þagði alltaf að beiðni hennar.
La sœur devait donc trouver un moyen de dissiper tout doute.
Systirin þurfti því að finna leið til að eyða öllum vafa.
Et elle a dit qu'elle enverrait la bonne chercher de la bière.
Og hún sagðist ætla að senda vinnukonuna til að sækja bjór.
Mais finalement, le père a dit un grand « non » retentissant.
En þá sagði faðirinn loksins stórt og ákveðið „nei“.
Puis, on n'a plus évoqué le fait qu'il boive une bière.
Þá var ekki lengur minnst á það að hann fengi sér bjór.
Il avait déjà expliqué la situation financière auparavant.
Hann hafði þegar útskýrt fjárhagsstöðuna áður.
En fait, il a évoqué les finances dès le premier jour.
Reyndar nefndi hann fjármálin strax á fyrsta degi.
Il leur a bien fait comprendre quelles étaient les perspectives.
Hann gerði þeim vel grein fyrir því hverjar horfurnar væru.
Sa propre entreprise avait fait faillite il y a environ cinq ans.
Eigin fyrirtæki hans fór á hausinn fyrir um fimm árum.
De temps en temps, il se levait pour quitter la table.
Öðru hvoru stóð hann upp til að fara frá borðinu.
Et il se dirigea vers la caisse de son ancien commerce.
Og hann fór að kassanum í gamla fyrirtækinu sínu.
Il avait conservé la caisse enregistreuse par sentimentalisme.
Hann hafði bjargað kassanum af tilfinningasömum ástæðum.
Gregor l'entendit déverrouiller une serrure lourde et complexe.
Gregor heyrði hann opna þungan og flókinn lás.
Et il sortit des reçus et des livres de comptes de la caisse.

Og hann tók kvittanir og bækur úr peningakassanum.

Après avoir pris les objets, il a refermé la caisse à clé.

Eftir að hafa tekið hlutina læsti hann peningakassanum aftur.

Gregor n'avait entendu aucune bonne nouvelle depuis son emprisonnement.

Gregor hafði ekki heyrt neinar góðar fréttir síðan hann var fangelsaður.

Il pensait que l'entreprise avait ruiné son père.

Hann taldi að fyrirtækið hefði gjaldþrotað föður hans.

Le père avait certainement donné cette impression à Gregor.

Faðirinn hafði vissulega gefið Gregor þá hugmynd.

Et Gregor ne lui a plus jamais posé de questions sur les finances.

Og Gregor spurði hann aldrei meira um fjármálin.

Gregor voulait faire tout son possible pour aider la famille.

Gregor vildi gera allt sem hann gat til að hjálpa fjölskyldunni.

Il voulait les aider à oublier leurs difficultés financières.

Hann vildi hjálpa þeim að gleyma viðskiptaóhöppunum.

La faillite qui a engendré un désespoir total.

Gjaldþrotið sem leiddi til algjörs vonleysis.

Il s'est donc mis à travailler avec une passion toute particulière.

svo hann fór að vinna af mjög sérstakri ástríðu.

Il était devenu représentant de commerce itinérant presque du jour au lendemain.

Hann varð ferðasölumaður nánast á einni nóttu.

Avant cela, il n'avait travaillé que comme commis mal payé.

Áður hafði hann bara unnið sem láglaunaður skrifstofumaður.

Il avait désormais des opportunités de gains complètement différentes.

Nú hafði hann gjörólíka tekjumöguleika.

Les ventes réussies pouvaient être immédiatement converties en liquidités.

Vel heppnuð sala gæti strax verið breytt í reiðufé.

L'argent étant bien sûr versé sur ses commissions.

Peningarnir eru auðvitað greiddir út úr þóknun hans.

Désormais, Gregor pouvait mettre de l'argent sur la table familiale.

Nú gat Gregor lagt peninga á borð fjölskyldunnar.

Et ils étaient étonnés et ravis de ses gains.

Og þeir voru undrandi og glaðir yfir launum hans.

Mais ces beaux moments ne se reproduiront plus.

En þessir fallegu tímar munu ekki endurtaka sig aftur.

Ils commençaient tout juste à s'habituer à cette période faste.

Þau voru rétt búin að venjast þessum góðu tímum.

À chaque paie, la famille acceptait l'argent avec gratitude.

Á hverjum útborgunardegi þáði fjölskyldan peningana með þökkum.

Et Gregor était tout aussi heureux de remettre l'argent.

Og Gregor var jafn fús til að afhenda peningana.

Mais la chaleureuse affection qu'elle suscitait en retour s'est peu à peu éteinte.

En hlýja ástúðin sem sýnd var í staðinn dó hægt og rólega út.

Seule sa sœur restait aussi proche de Gregor qu'auparavant.

Aðeins systir hans var eins náin Gregori og áður.

Elle, contrairement à Gregor, avait une profonde appréciation pour la musique.

Hún, ólíkt Gregor, hafði djúpa ánægju af tónlist.

Et elle savait jouer du violon d'une manière très touchante.

Og hún kunni að spila á fiðlu mjög snertandi.

Gregor avait secrètement prévu de l'envoyer dans une école de musique.

Gregor ætlaði leynilega að senda hana í tónlistarskóla.

Il n'avait pas encore décidé comment il réglerait les dépenses.

Hann hafði ekki enn ákveðið hvernig hann ætlaði að greiða kostnaðinn.

Mais d'une manière ou d'une autre, il couvrirait les frais.

En með einhverjum hætti myndi hann standa straum af kostnaðinum.

De temps en temps, Gregor et sa famille partaient en courts séjours.

Stundum fóru Gregor og fjölskyldan í stuttar ferðir.

Gregor et sa sœur abordaient souvent ce sujet.

Gregor og systirin ræddu þetta oft.

Mais cela n'a jamais été évoqué que comme une idée merveilleuse.

En það var bara alltaf nefnt sem frábær hugmynd.

Ils ne croyaient pas vraiment que ce rêve puisse se réaliser.

Þau trúðu því ekki í raun að draumurinn gæti ræst.

Et les parents n'appréciaient pas de telles ambitions fantaisistes.

Og foreldrunum líkaði ekki slíkar ímyndunarríkar metnaðarfullar væntingar.

Même lorsque le sujet a été abordé de manière tout à fait innocente.

Jafnvel þótt málið hafi verið tekið upp af mjög sakleysislegum ástæðum.

Mais Gregor continuait de penser à l'école de musique.

En Gregor hélt áfram að hugsa um tónlistarskólann.

Et il prévoyait d'annoncer le cadeau la veille de Noël.

Og hann ætlaði að tilkynna gjöfina á aðfangadagskvöld.

Bien sûr, dans son état actuel, ce serait impossible.

Auðvitað væri það ómögulegt í núverandi ástandi hans.

Mais ce genre de pensées lui traversait l'esprit.

En þess konar hugsanir fóru í gegnum höfuðið á honum.

Et telles étaient les pensées qui lui traversaient l'esprit en écoutant sa famille.

Og hann hafði slíkar hugsanir þegar hann hlustaði á fjölskylduna.

Parfois, il était trop fatigué pour continuer à les écouter.

Stundum varð hann of þreyttur til að halda áfram að hlusta á þau.

Sa tête s'est affaissée contre la porte, rongée par la fatigue.

Höfuð hans féll á dyrnar af þreytu.

Mais il appuya aussitôt de nouveau sa tête contre la porte.

En hann lagði strax höfuðið aftur að dyrunum.

Car même le moindre bruit s'entendait à l'extérieur.

Því jafnvel minnsta hljóð heyrðist fyrir utan.

Et le moindre bruit qu'il faisait plongeait la famille dans le silence.

Og hver hávaði sem hann gaf frá sér myndi þagna í fjölskyldunni.

« Que fait-il maintenant ? » demanda le père à sa famille.

„Hvað er hann að gera núna?" spurði faðirinn fjölskylduna.

Il alla à la porte pour vérifier d'où venait le bruit.

Og hann gekk að dyrunum til að athuga hvaða hávaði þetta væri.

Puis la conversation interrompue a repris progressivement.

Og svo hófst hið rofna samtal smám saman á ný.

Mais les paroles du père ont agréablement surpris tout le monde.

En það sem faðirinn sagði kom öllum á óvart.

Gregor apprit alors la véritable situation financière.

Gregor fékk nú að vita hver raunveruleg fjármálin voru.

Malgré tous ces malheurs, il y a eu aussi un peu de chance.

Þrátt fyrir allar óheppnina var líka smá heppni.

Une petite fortune d'antan était encore là.

Mjög lítill auður frá fyrri tíð var enn til staðar.

Le père a expliqué les choses, mais a dû se répéter.

Faðirinn útskýrði hlutina en þurfti að endurtaka sig.

Parce qu'il ne s'était pas occupé de ces choses depuis un certain temps.

Því hann hafði ekki sinnt þessum málum um tíma.

Et parce que la mère ne comprenait pas de telles choses.

Og vegna þess að móðirin skildi ekki slíkt.

Les taux d'intérêt de la banque avaient légèrement augmenté.

Vextirnir frá bankanum höfðu hækkað lítillega.

L'argent non utilisé avait augmenté plus que prévu.

Ósnertir fjármunir höfðu aukist meira en búist var við.

De plus, Gregor leur avait toujours donné ses économies.

Auk þess hafði Gregor alltaf gefið þeim sparnaðinn sinn.

Il n'avait jamais gardé que quelques florins pour lui-même.

Hann hafði alltaf aðeins geymt nokkra gyllini fyrir sjálfan sig.

Et son argent n'avait pas été entièrement dépensé.

Og peningarnir hans voru ekki heldur alveg uppurnir.

Ensemble, ces sommes avaient constitué un petit capital.

Samanlagt hafði þetta fé safnast upp í lítið fjármagn.

Gregor, derrière sa porte, hocha la tête avec enthousiasme à la nouvelle.

Gregor, fyrir aftan dyrnar sínar, kinkaði kolli ákaft til að heyra fréttirnar.

Il était ravi de cette prudence et de cette frugalité inattendues.

Hann var ánægður með þessa óvæntu varfærni og sparsemi.

Les fonds excédentaires auraient pu servir à rembourser la dette.

Umframfé hefði mátt nota til að greiða niður skuldirnar.

Ils n'auraient alors plus rien dû au patron.

Þá hefðu þeir ekki skuldað yfirmanninum neitt lengur.

Et Gregor aurait pu changer d'emploi bien plus tôt.

Og Gregor hefði getað farið í nýtt starf miklu fyrr.

Mais la façon dont le père s'y était pris était bien meilleure maintenant.

En hvernig faðirinn skipulagði þetta var miklu betra núna.

L'argent ne suffisait pas tout à fait pour vivre des intérêts.

Peningarnir voru ekki alveg nógir til að lifa af vöxtunum.

Et il a fallu mettre de l'argent de côté pour les urgences.

Og eitthvað fé þurfti að leggja til hliðar fyrir neyðarástand.

Cela n'aurait suffi que pour un an ou deux.

Það hefði bara verið nóg fé í eitt eða tvö ár.

Cela signifiait que quelqu'un devait gagner de l'argent pour qu'ils puissent vivre.

Þetta þýddi að einhver þurfti að vinna sér inn peninga til að geta framfleytt sér.

Le père n'était pas malade et il était assez fort.

Faðirinn var ekki óheilbrigður og hann var nógu sterkur.

Mais il était sans emploi depuis plus de cinq ans.

En hann hafði verið atvinnulaus í meira en fimm ár.

Et, du fait de son âge, il lui restait peu de confiance en lui.

Og vegna aldurs síns hafði hann lítið sjálfstraust eftir.

Il avait également pris beaucoup de poids ces derniers temps.

Hann hafði einnig þyngst mikið að undanförnu.

Sa vie avait toujours été ardue et infructueuse.

Líf hans hafði alltaf verið erfitt og árangurslaust.

Et c'étaient les premières vacances qu'il ait jamais prises.

Og þetta hafði verið fyrsta fríið sem hann hafði nokkurn tímann farið í.

Et, faute d'être occupé, il était devenu assez maladroit.

Og án þess að vera haldið uppteknum var hann orðinn ansi klaufalegur.

Ne serait-il pas préférable que la vieille mère gagne l'argent ?

Væri betra ef gamla móðirin hefði unnið fyrir peningunum?

La vieille mère qui souffrait d'asthme.

Gamla móðirin sem hafði verið að þjást af astma.

La vieille mère qui peinait à monter les escaliers.

Gamla móðirin sem átti erfitt með að ganga upp stigann.

La vieille mère qui passait son temps allongée sur le canapé.

Gamla móðirin sem eyddi tíma sínum liggjandi á sófanum.

La vieille mère qui préférait rester près de la fenêtre.

Gamla móðirin sem vildi helst vera við gluggann.

Pour qu'elle puisse reprendre son souffle quand elle en aurait besoin.

Svo hún gæti náð andanum þegar hún þurfti á því að halda.

Ne serait-il pas préférable que ce soit la jeune sœur qui gagne l'argent ?

Væri betra ef yngri systirin hefði unnið peningana?

La sœur, qui à dix-sept ans n'était encore qu'une enfant.

Systirin, sem var sautján ára gömul, var enn bara barn.

La sœur qui ne connaissait que quelques modestes plaisirs.

Systirin sem hafði aðeins fáar hóflegar ánægjur.

La sœur qui aimait surtout jouer du violon.

Systirin sem hafði aðallega gaman af að spila á fiðlu.

Elle savait que son mode de vie antérieur était très enviable ;

Hún vissi að fyrri lífshættir hennar voru mjög öfundsverðir;

Bien s'habiller, faire la grasse matinée, aider à la maison.

Að klæða sig vel, vakna seint og hjálpa til í húsinu.
La conversation tournait souvent autour de la nécessité de gagner de l'argent.
Samræðurnar snerust oft um þörfina fyrir að vinna sér inn peninga.
Gregor était toujours le premier à lâcher la porte.
Gregor var alltaf fyrstur til að sleppa hurðinni.
Cette conversation l'avait rempli de honte et de chagrin.
Samtalið olli honum miklum skömm og sorg.
Il se laissa donc tomber sur le canapé en cuir qui refroidissait.
Svo kastaði hann sér ofan í svalandi leðursófann.
Et il passait souvent le reste de la nuit sur le canapé.
Og hann eyddi oft restinni af nóttinni í sófanum.
Il ne dormait jamais vraiment sur le canapé, ni la nuit.
Hann svaf aldrei almennilega í sófanum, né á nóttunni.
Souvent, il se contentait de gratter le cuir pendant des heures.
Oft klóraði hann bara í leðrinu klukkustundum saman.
D'autres fois, il poussait le fauteuil jusqu'à la fenêtre.
Öðrum sinnum ýtti hann hægindastólnum að glugganum.
Cela a nécessité à lui seul beaucoup d'efforts de sa part.
Þetta eitt og sér krafðist mikillar fyrirhafnar af hans hálfu.
Le fauteuil l'a aidé à ramper jusqu'au rebord de la fenêtre.
Hægindastóllinn hjálpaði honum að skríða upp á gluggakistuna.
Et de là, il put s'appuyer contre la fenêtre.
Og þaðan gat hann hallað sér upp að glugganum.
Il éprouvait un grand sentiment de liberté en faisant cela.
Hann fann fyrir miklu frelsi við að gera þetta.
Peut-être recherchait-il une sensation de liberté d'antan.
Kannski var hann að leita að einhverri gamalli frelsandi tilfinningu.
Mais sa vue n'était plus aussi perçante qu'avant.
En sjón hans var ekki eins skörp og hún hafði verið.
Les objets situés à une certaine distance étaient flous et indistincts.

Hlutir í lítilli fjarlægð voru óskýrir og óskýrir.

Il ne pouvait plus voir l'hôpital de l'autre côté de la rue.

Hann gat ekki lengur séð sjúkrahúsið hinum megin við götuna.

Avant, il maudissait le paysage, maintenant il voulait le voir.

Áður hafði hann formælt útsýninu, nú vildi hann sjá það.

Il savait qu'il habitait dans la paisible Charlottenstrasse, en pleine ville.

Hann vissi að hann bjó í hinni kyrrlátu, þéttbýlu Charlottenstrasse.

Mais il a peut-être cru qu'il regardait vers le désert.

En hann kann að hafa haldið að hann væri að horfa út í eyðimörkina.

Un désert où le ciel gris et la terre grise se confondaient.

Auðn þar sem grár himinn og grá jörð runnu saman.

La sœur attentive remarqua à deux reprises que la chaise avait bougé.

Tvisvar tók athyglissama systirin eftir því að stóllinn hafði færst til.

Après avoir rangé, elle a repoussé la chaise vers la fenêtre.

Eftir að hafa tekið til ýtti hún stólnum aftur að glugganum.

Et désormais, elle laissait même la fenêtre ouverte.

Og héðan í frá lét hún jafnvel gluggakarminn vera opinn.

Gregor aurait vraiment souhaité pouvoir parler à sa sœur.

Gregor óskaði þess innilega að hann hefði getað talað við systur sína.

Il voulait la remercier pour tout ce qu'elle avait fait pour lui.

Hann vildi þakka henni fyrir allt sem hún gerði fyrir hann.

Il aurait alors plus facilement toléré leurs services.

Þá hefði hann auðveldlegar þolað þjónustu þeirra.

Mais en l'état actuel des choses, il souffrait de son aide.

En eins og staðan var nú, þá þjáðist hann af því að hún hjálpaði honum.

La sœur, bien sûr, a tenté de dissimuler la gêne.

Systirin reyndi auðvitað að dylja vandræðin.

Et elle faisait de son mieux pour feindre de ne pas se sentir accablée.

Og hún gerði sitt besta til að láta eins og hún fyndi ekki fyrir byrði.

Bien sûr, c'est quelque chose qu'elle devait d'abord pratiquer.

Auðvitað var þetta eitthvað sem hún þurfti að æfa fyrst.

Et plus le temps passait, plus elle devenait douée.

Og því meiri tíminn leið, því betri varð hún í því.

Mais Gregor eut également plus de temps pour constater sa supercherie.

En Gregor fékk líka meiri tíma til að sjá uppgerð hennar.

Même son entrée dans sa chambre était une épreuve pour lui.

Jafnvel innkoma hennar inn í herbergi hans var honum mikil raun.

Dès qu'elle est entrée, elle a couru directement vers la fenêtre.

Um leið og hún kom inn hljóp hún beint að glugganum.

Elle n'a même pas pris le temps de fermer la porte.

Hún gaf sér ekki einu sinni tíma til að loka hurðinni.

Normalement, elle épargnait à tout le monde la vue de la chambre de Gregor.

Venjulega þyrmdi hún öllum sjóninni af herbergi Gregors.

Et elle ouvrit brusquement la fenêtre d'un geste rapide.

Og hún kippti upp glugganum með flýttum höndum.

Puis elle reprit sa respiration comme si elle avait suffoqué.

Svo andaði hún aftur eins og hún hefði verið að kafna.

L'air qui entrait était froid, et elle respira profondément.

Loftið sem kom inn var kalt og hún andaði djúpt.

Mais elle resta néanmoins un moment près de la fenêtre.

En engu að síður dvaldi hún við gluggann um stund.

Elle effrayait Gregor deux fois par jour avec ce rituel.

Hún hræddi Gregor tvisvar á dag með þessari rútínu.

Pendant qu'elle était dans la pièce, il tremblait sous le canapé.

Meðan hún var inni í herberginu skalf hann undir sófanum.

Il savait qu'elle aurait aimé lui épargner cette épreuve.

Hann vissi að hún hefði viljað spara honum þessa raun.

Mais elle ne pouvait pas rester dans la pièce avec la fenêtre fermée.

En hún gat ekki verið inni í herberginu með lokaðan glugga.

Il y a eu une fois où elle est arrivée un peu plus tôt.

Það var einu sinni þegar hún kom aðeins fyrr.

Probablement environ un mois après la transformation de Gregor.

Líklega um mánuði eftir umbreytingu Gregors.

Elle s'était plus ou moins habituée à sa nouvelle apparence.

Hún hafði að einhverju leyti vanist nýja útliti hans.

Elle n'avait donc plus aucune raison d'être particulièrement choquée.

Hún hafði því enga ástæðu til að vera sérstaklega hissa lengur.

Elle le trouva toujours immobile, le regard fixé par la fenêtre.

Hún fann hann enn stara út um gluggann, hreyfingarlaus.

Il se trouvait dans le pire endroit où il aurait pu être.

Hann var á hræðilegasta stað sem hann gat verið á.

Il n'aurait pas été surpris si elle n'était pas entrée.

Hann hefði ekki orðið hissa ef hún hefði ekki komið inn.

Il l'empêcha d'ouvrir la fenêtre.

Þar sem hann var kominn í veg fyrir að hún gæti opnað gluggann.

Elle quitta rapidement la pièce et ferma la porte.

Hún fór fljótt út úr herberginu aftur og lokaði dyrunum.

Un étranger aurait pu tirer toutes sortes de conclusions.

Ókunnugur maður hefði getað komist að alls kyns ályktunum.

Peut-être attendait-il simplement l'occasion de la mordre.

Kannski var hann bara að bíða eftir tækifæri til að bíta hana.

Gregor, bien sûr, s'est immédiatement caché sous le canapé.

Gregor faldi sig auðvitað strax undir sófanum.

Mais il dut attendre midi pour que sa sœur revienne.

En hann þurfti að bíða til hádegis eftir að systir hans kæmi aftur.

Et elle semblait beaucoup plus agitée que d'habitude.

Og hún virtist miklu órólegri en hún var venjulega.

Il réalisa que sa vue lui était encore insupportable.

Hann áttaði sig á því að sjónin af honum var enn óbærileg.
Sa vue allait lui rester insupportable.
Sjónin af honum yrði óbærileg fyrir hana.
**Elle ne pouvait probablement pas supporter de le voir,
même partiellement.**
Hún þoldi líklega ekki að sjá neinn hluta af honum.
Une petite partie dépassait toujours de sous le canapé.
Lítill hluti stóð alltaf út undan sófanum.
Un jour, il transporta un drap sur son dos jusqu'au canapé.
Dag einn bar hann rúmföt á bakinu að sófanum.
Il voulait lui épargner de voir quoi que ce soit de lui.
Hann vildi hlífa henni við því að sjá nokkurn hluta af honum.
Il arrangea le drap de façon à ce qu'il soit entièrement caché.
Hann lagði sængurfötin þannig að hann væri allur falinn.
Même si elle se baissait, elle ne pourrait pas le voir.
Jafnvel þótt hún beygði sig niður gæti hún ekki séð hann.
L'opération a pris à Gregor plus de trois heures.
Allt þetta átak tók Gregor meira en þrjár klukkustundir.
Elle a peut-être pensé que le drap était inutile.
Hún kann að hafa talið rúmfötin óþörf.
Elle aurait su qu'il ne voulait pas du drap.
Hún hefði vitað að hann vildi ekki rúmfötin.
Il le faisait pour son confort, et non pour lui-même.
Hann gerði þetta henni til þæginda, en ekki sjálfum sér.
Et elle aurait pu enlever le drap si elle l'avait voulu.
Og hún hefði getað fjarlægt rúmfötin ef hún hefði viljað.
Mais elle laissa le drap là où Gregor l'avait mis.
En hún skildi rúmfötin eftir þar sem Gregor hafði lagt þau.
Et Gregor crut même avoir aperçu un regard reconnaissant.
Og Gregor hélt jafnvel að hann hefði fengið þakklátt
augnaráð.
Il avait doucement soulevé le drap avec sa tête.
Hann hafði lyft rúmfötunum varlega upp með höfðinu.
Il voulait savoir si sa sœur appréciait cet arrangement.
Hann vildi sjá hvort systur sinni líkaði fyrirkomulagið.

Les deux premières semaines ont été les plus difficiles pour les parents.

Fyrstu tvær vikurnar voru erfiðastar fyrir foreldrana.

Ils n'ont pas eu le courage d'entrer et de le voir.

Þau gátu ekki fengið sig til að koma inn og sjá hann.

Il a surpris plusieurs de leurs conversations à cette époque.

Hann heyrði mörg af samræðum þeirra á þessum tíma.

Ils ont pleinement reconnu tout ce que faisait la sœur.

Þau viðurkenndu fullkomlega allt sem systirin var að gera.

Même s'ils étaient souvent agacés par elle.

Jafnvel þótt þau hafi oft verið pirruð út í hana.

Parce qu'elle semblait être une fille un peu inutile.

Vegna þess að hún hafði virst vera nokkuð gagnslaus stúlka.

C'étaient maintenant eux qui attendaient de l'autre côté de la pièce.

Nú voru það þau sem biðu hinum megin í herberginu.

Et c'est elle qui est entrée dans la pièce pour tout faire.

Og það var hún sem fór inn í herbergið til að gera allt.

Dès qu'elle est sortie, ils ont voulu tout savoir.

Um leið og hún kom út vildu þau vita allt.

Elle a dû leur décrire précisément l'aspect de la pièce.

Hún þurfti að segja þeim nákvæmlega hvernig herbergið leit út.

« Qu'est-ce que Gregor a mangé ? Comment s'est-il comporté cette fois-ci ? »

"Hvað borðaði Gregor? Hvernig hagaði hann sér að þessu sinni?"

«Y avait-il peut-être une légère amélioration à constater ?»

"Var kannski einhver smávægileg framför að sjá?"

La mère, d'ailleurs, était en réalité plus courageuse.

Móðirin var reyndar hugrakkari.

Et bien sûr, c'était son propre fils qui se trouvait dans la pièce.

Og auðvitað var það hennar eigin sonur inni í herberginu.

Elle souhaitait en fait rendre visite à Gregor assez rapidement.

Hún vildi reyndar heimsækja Gregor tiltölulega fljótlega.

Mais au départ, son père et sa sœur l'ont retenue.

En faðirinn og systirin héldu henni til baka í fyrstu.

Ils ont avancé des arguments très rationnels pour qu'elle n'y aille pas.

Þau færðu mjög skynsamleg rök fyrir því að hún ætti ekki að fara.

Gregor écouta très attentivement leur raisonnement.

Gregor hlustaði mjög gaumgæfilega á röksemdafærslu þeirra.

Et il acceptait ce raisonnement autant que sa mère.

Og hann samþykkti rökstuðninginn jafn mikið og móðir hans.

Plus tard, cependant, il a fallu la retenir par la force.

Seinna þurfti þó að halda henni aftur með valdi.

«Laissez-moi entrer voir Gregor, c'est mon malheureux fils !»

"Leyfðu mér inn til Gregors, hann er óheppni sonur minn!"

« Tu ne comprends pas que je dois aller le voir ? »

„Skilurðu ekki að ég þarf að fara til hans?"

Gregor fut également convaincu par les arguments de sa mère.

Gregor lét einnig rök móður sinnar sannfærast.

Peut-être avait-elle raison ; ce serait bien qu'elle vienne.

Kannski hafði hún rétt fyrir sér; það væri gott ef hún kæmi inn.

Le voir tous les jours serait beaucoup trop lourd.

Að koma og sjá hann á hverjum degi væri allt of mikið.

Mais le voir une fois par semaine suffirait peut-être.

En það gæti verið nóg að hitta hann kannski einu sinni í viku.

Elle pourrait comprendre les choses bien mieux que sa sœur.

Hún gæti skilið hlutina miklu betur en systirin.

Malgré tout son courage, elle n'était encore qu'une enfant.

Þrátt fyrir allt hugrekki sitt var hún enn bara barn.

Peut-être une insouciance enfantine l'a-t-elle poussée à entreprendre cette tâche.

Kannski var það barnaleg kæruleysi sem leiddi til þess að hún tók að sér verkefnið.

Mais le souhait de Gregor de revoir sa mère se réalisa bientôt.

En ósk Gregors um að sjá móður sína rættist fljótlega.

Durant la journée, Gregor se tenait à l'écart de la fenêtre.
Á daginn hélt Gregor sig fjarri glugganum.
Il a agi ainsi par égard pour ses parents.
Þetta gerði hann af tillitssemi við foreldra sína.
Il n'avait pas beaucoup de place pour ramper sur le sol.
Hann hafði ekki mikið pláss til að skríða um á gólfinu.
Il avait du mal à rester immobile pendant la nuit.
Honum fannst erfitt að liggja kyrr á nóttunni.
Manger ne lui procurait plus le moindre plaisir.
Að borða veitti honum ekki lengur minnstu ánægju.
Bien sûr, il devait trouver un moyen de se distraire.
Auðvitað þurfti hann að finna einhverja leið til að afvegaleiða sig.
Pour se divertir, il grimpait et descendait les murs.
Til að skemmta sér skreið hann upp og niður veggina.
Et il rampait aussi le long du plafond, la tête en bas.
Og hann skreið líka eftir loftinu, á hvolfi.
Il était particulièrement heureux lorsqu'il était suspendu au plafond.
Hann var sérstaklega ánægður þegar hann hékk úr loftinu.
C'était complètement différent de s'allonger par terre.
Það var allt öðruvísi en að liggja á gólfinu.
Il trouvait qu'il respirait beaucoup plus facilement dans cette position.
Honum fannst miklu auðveldara að anda í þessari stellingu.
Une légère mais agréable vibration parcourut son corps.
Léttur en þægilegur titringur fór um líkama hans.
Parfois, il se laissait même trop aller à son bonheur.
Stundum slakaði hann jafnvel of mikið á í hamingju sinni.
Il lui arrivait d'être distrait et de lâcher prise du plafond.
Hann lét stundum athyglina trufla sig og sleppti loftinu.
Et à sa propre surprise, il atterrit de nouveau sur le sol.
Og sér til mikillar undrunar lenti hann aftur á jörðinni.
Mais il maîtrisait bien mieux son corps qu'auparavant.
En hann hafði miklu betri stjórn á líkama sínum en áður.
Ainsi, il ne se blessait plus lors de chutes aussi importantes.
Svo hann meiddi sig ekki við svona stór föll núna.

Sa sœur remarqua immédiatement le nouveau plaisir de Gregor.

Systirin tók strax eftir nýju ánægjunni hjá Gregori.

Et on retrouvait des traces de colle là où il avait rampé.

Og það voru leifar af límí þar sem hann hafði skriðið.

Là encore, la sœur pensa au bien-être de Gregor.

Hér hugsaði systirin aftur um velferð Gregors.

Il apprécierait peut-être d'avoir plus d'espace pour ramper.

Kannski myndi hann kunna að meta meira pláss til að skríða um.

Et l'idée s'est fermement ancrée dans son esprit.

Og hugmyndin festist fast í huga hennar.

Certains meubles volumineux entravaient sa liberté de mouvement.

Sum af stóru húsgögnunum hindruðu frjálsa för hans.

Il ne travaillait plus, il n'avait donc plus besoin du bureau.

Hann vann ekki lengur, svo hann þurfti ekki lengur á skrifborðinu að halda.

Et la boîte prenait plus de place que nécessaire. ***

Og kassinn tók meira pláss en þurfti líka. ***

La sœur n'était pas en mesure de déplacer ces choses seule.

Systirin gat ekki flutt þessa hluti ein.

Bien sûr, elle n'osait pas demander de l'aide à son père.

Auðvitað þorði hún ekki að biðja föðurinn um hjálp.

La bonne ne l'aurait certainement pas aidée non plus.

Vinnukonan hefði örugglega ekki heldur hjálpað henni.

La nouvelle femme de ménage était en réalité un an plus jeune qu'elle.

Nýja vinnukonan var reyndar ári yngri en hún.

Elle avait courageusement endossé le rôle de l'ancienne bonne.

Hún hafði hugrökklega tekið að sér hlutverk fyrrverandi vinnukonunnar.

Mais il y avait un privilège auquel elle tenait absolument.

En það var einn forréttindi sem hún krafðist þess að hafa.

Elle voulait que la cuisine reste verrouillée en permanence.

Hún vildi halda eldhúsinu læstu allan tímann.

La sœur n'avait donc pas d'autre choix que de demander à sa mère.

Systirin hafði því ekkert annað val en að spyrja mömmu sína.

La mère est venue à son secours en poussant des cris de joie.

Með gleðiópum kom móðirin til að hjálpa.

Mais elle se tut devant la porte de la chambre de Gregor.

En hún þagnaði við dyrnar að herbergi Gregors.

La sœur a vérifié que tout était en ordre dans la chambre.

Systirin athugaði hvort allt væri í lagi í herberginu.

Gregor avait tiré précipitamment encore plus fort sur le drap.

Gregor hafði í flýti dregið enn þéttar á rúmfötin.

Bien que le drap-housse paraisse encore disposé au hasard.

Þótt rúmfötin virtust samt vera tilviljanakennt raðað.

Et ce n'est qu'alors qu'elle laissa sa mère entrer dans la pièce.

Og þá fyrst leyfði hún mömmu sinni að koma inn í herbergið.

Gregor s'abstint également d'espionner sous le drap.

Gregor forðaðist einnig að njósna undan lakinu.

Il a décidé de ne pas voir sa mère cette fois-ci.

Hann ákvað að sleppa því að hitta mömmu sína að þessu sinni.

Gregor était déjà content qu'elle soit venue.

Gregor var nógu ánægður með að hún skyldi yfirhöfuð koma inn.

«Entrez, vous ne pouvez pas le voir», dit la sœur.

„Komdu inn, þú sérð hann ekki," sagði systirin.

Gregor supposa qu'elle tenait sa mère par la main.

Gregor gerði ráð fyrir að hún leiddi móður sína við höndina.

Puis il entendit les deux femmes, faibles, déplacer les meubles.

Þá heyrði hann tvær veikburða konur færa húsgögnin.

La sœur semblait s'attribuer la majeure partie du travail.

Systirin virtist gera ráð fyrir að mestu leyti vinnunni sjálf.

Sa mère craignait qu'elle ne s'épuise.

Móðir hennar óttaðist að hún myndi ofreyna sig.

Mais la sœur n'a prêté aucune attention à ces avertissements.

En systirin gaf þessum viðvörunum engan gaum.

Mais même après quinze minutes, les progrès étaient très lents.

En jafnvel eftir fimmtán mínútur var framvindan mjög hæg.

Ils n'avaient pas réussi à déplacer les meubles très loin.

Þeim hafði ekki tekist að færa húsgögnin mjög langt.

Ils commençaient lentement à ressentir un sentiment de défaite.

Þau voru smám saman farin að finna fyrir ósigri.

La mère fut la première à reconnaître l'inutilité de la démarche.

Móðirin var sú fyrsta til að viðurkenna tilgangsleysið.

« Il vaudrait peut-être mieux laisser la boîte ici. »

„Kannski væri betra að skilja kassann eftir hér.“

« Le carton est trop lourd pour que nous puissions le déplacer plus loin. »

„Kassinn er of þungur til að við getum flutt hann mikið lengra.“

« Et nous n'aurons pas terminé avant l'arrivée de votre père. »

„Og við klárum ekki áður en pabbi þinn kemur.“

« Laisser la boîte ici lui barrerait encore plus le passage. »

„Að skilja kassann eftir hér myndi loka leið hans enn frekar.“

« Et pouvons-nous être sûrs de lui rendre service ? »

„Og getum við verið viss um að við séum að gera honum greiða?“

Ils commencèrent à penser que le contraire pourrait bien être vrai.

Þau fóru að halda að hið gagnstæða gæti vel verið satt.

La vue du mur vide lui pesait lourdement sur le cœur.

Sýnin af tómum veggnum lagði þungt á hjarta hennar.

Qui nous dit que Gregor ne ressentirait pas la même chose ?

Hvað segirðu að Gregor myndi ekki líka líða svona?

«Il est déjà habitué aux meubles de sa chambre.»

„Hann er orðinn vanur húsgögnunum í herberginu sínu.“

«Il pourrait se sentir encore plus abandonné dans une pièce vide.»

„Hann gæti fundið sig enn meira yfirgefinn í tómu herbergi.“

À ce moment-là, sa voix s'était presque réduite à un murmure.

Nú hafði rödd hennar næstum lækkað niður í hvísl.

Elle ignorait en réalité où se trouvait exactement Gregor.

Hún vissi í raun ekki nákvæmlega hvar Gregor var niðurkominn.

Elle ne voulait même pas qu'il entende sa voix.

Hún vildi ekki einu sinni að hann heyrði rödd hennar.

Bien qu'elle fût certaine qu'il ne la comprenait pas.

Þótt hún væri viss um að hann skildi hana ekki.

« N'aurait-on pas l'impression de l'avoir complètement abandonné ? »

„Myndi það ekki virðast eins og við höfum alveg gefist upp á honum?"

«N'aura-t-il pas l'impression qu'on le laisse se débrouiller seul ?»

„Mun hann ekki finna fyrir því að við séum að skilja hann eftir einn og sér?"

«Nous devrions laisser la pièce exactement comme elle était.»

„Við ættum að skilja herbergið eftir nákvæmlega eins og það var."

« Gregor finira par nous revenir comme avant. »

„Að lokum mun Gregor koma aftur til okkar eins og hann var."

«Alors il constatera que tout est encore à sa place.»

„Þá mun hann komast að því að allt er enn á sínum stað."

« Et il oubliera beaucoup plus facilement la période intermédiaire. »

„Og hann mun gleyma millibilinu miklu auðveldara."

En entendant ces mots, Gregor réalisa quelque chose.

Þegar Gregor heyrði þessi orð áttaði hann sig á einhverju.

Son esprit était devenu confus au cours des deux derniers mois.

Hugur hans hafði verið ruglaður síðustu tvo mánuði.

Le manque d'interactions humaines ne lui avait pas fait de bien.

Skortur á mannlegum samskiptum hafði ekki verið honum
góður.
**Il avait vraiment besoin de la vie monotone au sein de sa
famille.**
Hann þurfti sannarlega á eintóna lífinu innan um fjölskylduna
að halda.
**Pourquoi aurait-il formulé une demande aussi absurde
autrement ?**
Hvers vegna hefði hann annars gert svona fáránlega kröfu?
Quel sens pouvait-il y avoir à vider sa chambre ?
Hvaða möguleg tilgangur var í því að tæma herbergið sitt?
La chambre confortable est meublée de meubles hérités.
Þægilegt herbergi innréttað með húsgögnum frá fyrri tíð.
**Pourquoi voudrait-il transformer cette chaleur familière en
une grotte ?**
Hvers vegna skyldi hann vilja breyta þessum þekkta hlýju í
helli?
**Une grotte où il pouvait ramper en toute tranquillité dans
toutes les directions.**
Helli þar sem hann gat skriðið í allar áttir í friði.
Mais une grotte où il oublia rapidement son passé humain.
En helli þar sem hann gleymdi fljótt fortíð sinni sem mannleg
manneskja.
Il se demandait s'il était déjà sur le point d'oublier.
Hann varð að velta fyrir sér hvort hann væri þegar kominn að
því að gleyma.
La voix de sa mère l'avait secoué et lui avait fait se souvenir.
Rödd móður hans hafði hrist hann svo að hann minntist á
þetta.
La voix qu'il n'avait pas entendue depuis si longtemps.
Röddin sem hann hafði ekki heyrt svo lengi.
Il ne fallait rien enlever ; tout devait rester.
Ekkert átti að vera fjarlægt; allt varð að vera eftir.
Le mobilier a eu un effet positif sur son état.
Húsgögnin höfðu jákvæð áhrif á ástand hans.
Et il ne pouvait pas s'en sortir sans ce lien avec le passé.
Og hann gæti ekki tekist á við þetta akkeri við fortíðina.

Les meubles l'empêchaient de ramper sans but.
Húsgögnin komu í veg fyrir að hann gæti skriðið um án
vitundar.
**Mais ce n'était pas une perte ; c'était au contraire un grand
avantage.**
En það var enginn tap, heldur frekar mikill kostur.
Malheureusement, sa sœur avait un avis très différent.
Því miður var systirin á allt annarri skoðun.
**Elle était en quelque sorte devenue la porte-parole de
Gregor.**
Hún var að einhverju leyti orðin talsmaður Gregors.
Bien sûr, son opinion n'était pas totalement injustifiée.
Auðvitað var skoðun hennar ekki alveg órökstudd.
Mais l'opinion de sa mère devait être contredite ici.
En hér þurfti að mótmæla skoðun móður hennar.
Il ne s'agissait plus seulement d'enlever la boîte.
Það var ekki bara kassinn sem nú þurfti að fjarlægja.
**Son bureau et son armoire ne pouvaient pas rester en place
non plus.**
Skrifborðið hans og fataskápurinn gátu ekki heldur verið þar.
La seule chose indispensable était le canapé.
Það eina sem var ómissandi var sófinn.
**Elle n'a pas pris cette décision par simple rébellion
enfantine.**
Hún ákvað þetta ekki bara af barnalegri þrjósku.
**Ce n'était pas non plus sa confiance en soi récemment
acquise.**
Það var ekki heldur nýlega fengið sjálfstraust hennar.
**La nouvelle confiance qu'elle avait acquise lui a permis de
travailler si dur pour gagner.**
Nýja sjálfstraustið sem hún þurfti að leggja svo hart að sér til
að vinna.
Même si personne ne s'attendait à ce qu'elle y parvienne.
Jafnvel þótt enginn hefði búist við að hún gæti gert það.
**Gregor avait vraiment besoin de beaucoup d'espace pour
ramper.**
Gregor þurfti virkilega mikið pláss til að skríða.

Le mobilier ne faisait que réduire l'espace dont il disposait.

Húsgögnin takmörkuðu aðeins það pláss sem hann hafði til ráðstöfunar.

Elle était capable de mieux voir ces choses que sa mère.

Hún gat séð þetta betur en móðirin.

Mais peut-être que son esprit romantique a aussi joué un rôle.

En kannski spilaði rómantísk andi hennar líka hlutverk.

Les filles de cet âge acquièrent souvent un certain enthousiasme.

Stelpur á þeim aldri fá oft ákveðinn áhuga.

Et ils éprouvent le besoin d'obtenir ce qu'ils veulent chaque fois qu'ils le peuvent.

Og þeim finnst þeir þurfa að fá sínu framgengt hvenær sem þeir geta.

C'est peut-être pour cela qu'elle voulait le saboter en secret.

Kannski var það þess vegna sem hún vildi leynilega spilla fyrir honum.

Il est encore plus terrifiant lorsqu'il rampe sur les murs.

Hann er enn ógnvænlegri þegar hann skriðar á veggina.

Les parents n'osaient plus entrer dans la pièce.

Foreldrarnir þorðu ekki að fara inn í herbergið lengur.

Elle serait véritablement la seule à prendre soin de son frère.

Hún yrði í raun eini umönnunaraðili bróður síns.

Elle ne laissa pas sa mère la persuader du contraire.

Hún lét móður sína ekki sannfæra sig um annað.

La mère de Gregor se sentait déjà mal à l'aise dans la pièce.

Móðir Gregors var þegar farin að finna fyrir óróleika í herberginu.

Elle cessa bientôt de parler et aida de nouveau sa fille.

Hún hætti fljótlega að tala og hjálpaði dóttur sinni aftur.

Avec leurs forces restantes, ils ont enlevé l'armoire.

Með þeim kröftum sem eftir voru fjarlægðu þau fataskápinn.

La commode, il pouvait s'en passer.

Kommóðan var eitthvað sem hann gæti verið án.

Mais le bureau allait devoir rester en place pour le moment.

En skrifborðið yrði að standa í bili.

Pendant l'absence des femmes, il tenta d'évaluer la pièce.

Meðan konurnar voru farnar reyndi hann að meta herbergið.

Et Gregor passa la tête sous le canapé.

Og Gregor stakk höfðinu út undan sófanum.

Il devait voir ce qu'il pouvait faire face à la situation.

Hann varð að sjá hvað hann gæti gert í stöðunni.

Mais il a été aussi prudent et attentionné que possible.

En hann var eins varkár og tillitssamur og hann gat.

Malheureusement, c'est la mère qui est revenue la première.

Því miður var það móðirin sem kom fyrst til baka.

Grete était encore en train de déplacer l'armoire dans la pièce voisine.

Grete var enn að færa fataskápinn í næsta herbergi.

Mais la mère n'était pas habituée à la vue de Gregor.

En móðirin var ekki vön að sjá Gregor.

Un simple aperçu de lui aurait pu la rendre malade.

Jafnvel aðeins svipmynd af honum hefði getað gert hana veika.

Gregor recula précipitamment jusqu'à l'autre bout du canapé.

Gregor hraðaði sér aftur á bak að hinum enda sófans.

Mais il ne pouvait pas reculer et maintenir le drap en équilibre.

En hann gat ekki hreyft sig aftur og haldið jafnvægi á rúmfötunum.

Ce mouvement suffit à attirer l'attention de la mère.

Hreyfingin var nóg til að vekja athygli móðurinnar.

Elle marqua une pause et resta immobile un bref instant.

Hún þagnaði og stóð mjög kyrr í stutta stund.

Puis elle se retourna et sortit de la pièce.

Svo sneri hún sér við og fór aftur út úr herberginu.

Gregor se répétait sans cesse que rien d'inhabituel ne s'était produit.

Gregor hélt áfram að segja sjálfum sér að ekkert óvenjulegt hefði gerst.

« Ce ne sont que quelques meubles qui ont été emportés. »

„Þetta eru bara einhverjir húsgögn sem hafa verið tekin burt.“

Mais il dut bientôt admettre que ces événements l'avaient affecté.

En hann varð fljótlega að viðurkenna að atburðirnir höfðu áhrif á hann.

Les femmes disaient tout ce qu'elles faisaient.

Konurnar höfðu verið að segja allt sem þær voru að gera.

Ils faisaient des allers-retours dans la pièce.

Þau höfðu verið að ganga fram og til baka um herbergið.

Le bruit des meubles qui grattent le sol.

Rispur á öllum húsgögnum á gólfinu.

Il avait l'impression d'être assailli de toutes parts.

Honum fannst eins og verið væri að ráðast á hann úr öllum áttum.

Il replia sa tête et ses jambes aussi fort qu'il le put.

Hann dró höfuðið og fæturna inn eins fast og hann gat.

De toutes ses forces, il plaqua son corps au sol.

Með öllum kröftum sínum þrýsti hann líkama sínum niður á jörðina.

Il savait qu'il ne pourrait pas supporter tout cela encore longtemps.

Hann vissi að hann gæti ekki þolað allt þetta mikið lengur.

Ils ont vidé sa chambre et ont pris tout ce qu'il aimait.

Þau tæmdu herbergið hans og tóku allt sem honum þótti vænt um.

Ils avaient déjà pris la boîte contenant tous ses outils.

Þau höfðu þegar tekið kassann sem innihélt öll verkfærin hans.

Ils étaient en train de déloger son lourd bureau du sol.

Nú voru þeir að losa þunga skrifborðið hans af jörðinni.

Le bureau sur lequel il avait travaillé en rentrant du travail.

Skrifborðið sem hann hafði unnið við eftir að hann kom heim úr vinnunni.

Le bureau sur lequel il avait noté ses missions professionnelles.

Skrifborðið sem hann hafði skrifað viðskiptaverkefni sín á.

Le bureau sur lequel il avait fait ses devoirs au collège.

Borðinu sem hann hafði gert heimavinnuna sína á í
menntaskóla.
Oui, il avait déjà eu ce bureau à l'école primaire.
Já, hann hafði þegar átt þetta skrifborð í grunnskóla.
**Il n'a vraiment pas eu le temps de vérifier leurs bonnes
intentions.**
Hann hafði í raun engan tíma til að staðfesta góðu fyrirætlanir
þeirra.
Bien qu'il ait presque oublié leur présence.
Þótt hann hefði næstum gleymt að þau væru þarna samt sem
áður.
Parce qu'ils travaillaient en silence, épuisés.
Vegna þess að þau voru að vinna hljóðlega, vegna þreytu.
**Ils étaient trop fatigués pour annoncer leurs mouvements
maintenant.**
Þau voru of þreytt til að tilkynna ferðir sínar núna.
Il n'entendait que leurs lourds pas sur le sol.
Það eina sem hann heyrði voru þung fótatak þeirra á gólfinu.
À ce moment précis, ils étaient appuyés contre la boîte.
Á þeirri stundu voru þau stödd upp að kassanum.
Et c'est alors que Gregor est sorti de sous le canapé.
Og þá kom Gregor út undan sófanum.
Il a changé de direction à quatre reprises.
Hann breytti fjórum sinnum um stefnu sem hann var að
hlaupa í.
Il n'arrivait pas à se décider quel objet sauver en premier.
Hann gat ekki ákveðið hvaða hlut þurfti að bjarga fyrst.
Soudain, son attention fut attirée par le mur vide.
Skyndilega vakti athygli hans athygli tóma veggsins.
Ils ne lui avaient laissé que la photo de la dame en fourrure.
Allt sem þau höfðu eftir hann var myndin af konunni í
feldinum.
Il rampa jusqu'à la photo pour coller son corps contre le sien.
Hann skreið að myndinni til að þrýsta líkama sínum upp að
henni.
Et son corps masquait complètement la vue de la photo.
Og líkami hans huldi myndina alveg.

Le verre le soutenait et apaisait son ventre brûlant.

Glerið hélt honum uppi og huggaði heitan maga hans.

On ne pouvait plus lui enlever cette photo.

Þessa mynd var ekki lengur hægt að taka af honum.

Puis il tourna la tête vers la porte du salon.

Svo sneri hann höfðinu að stofudyrunum.

Il allait les regarder retourner dans la pièce.

Hann ætlaði að horfa á konurnar koma aftur inn í herbergið.

Et ils ne se reposèrent pas longtemps avant de revenir.

Og þau hvíldu sig ekki lengi áður en þau komu aftur.

Grete avait le bras autour de sa mère pour l'aider à marcher.

Grete lagði arm um móður sína til að hjálpa henni að ganga.

« Que prenons-nous maintenant ? » demanda Grete en regardant autour d'elle.

„Hvað eigum við að taka nú?" sagði Grete og leit í kringum sig.

À ce moment précis, son regard croisa celui de Gregor.

Á þeirri stundu mætti hún augnaráði Gregors.

Malgré le choc, elle a gardé son sang-froid.

Þrátt fyrir áfallið hélt hún hugarró.

Probablement uniquement à cause de la présence de sa mère.

Sennilega bara vegna nærveru móður hennar.

Elle pencha le visage vers sa mère, lui cachant la vue.

Hún beygði andlitið að móður sinni og huldi sjónina.

Et puis elle dit, d'une voix tremblante et sans réfléchir :

Og þá sagði hún, þótt skjálfandi og hugsunarlaus:

«Allez, on ne devrait pas retourner au salon ?»

„Komdu nú, ættum við ekki að fara aftur inn í stofuna?"

Gregor comprenait aisément les intentions de sa sœur.

Gregor gat auðveldlega skilið fyrirætlanir systurinnar.

Sa priorité absolue était de mettre sa mère en sécurité.

Fyrsta forgangsverkefni hennar var að koma móður sinni í öruggt skjól.

Mais ensuite, elle allait le poursuivre depuis le mur.

En þá ætlaði hún að elta hann niður af veggnum.

« Eh bien, elle peut toujours essayer ! » pensa Gregor.

„Jæja, hún getur svo sannarlega reynt!" hugsaði Gregor innra með sér.

Il s'assit fermement sur son tableau et ne le lâcha pas.

Hann sat fast á myndinni sinni og gaf hana ekki upp.

Il aurait préféré sauter au visage de sa sœur.

Hann hefði frekar viljað stökkva í andlitið á systurinni.

Mais les paroles de Grete avaient encore plus inquiété sa mère.

En orð Grétu höfðu valdið móður hennar enn meiri áhyggjum.

Elle s'écarta pour voir ce qu'on lui cachait.

Hún steig til hliðar til að sjá hvað var verið að fela fyrir henni.

Et elle vit la tache brune sur le papier peint à fleurs.

Og hún sá brúna blettinn á blómaskreytta veggfóðrinu.

Et elle a crié avant même de réaliser que c'était Gregor.

Og hún öskraði áður en hún áttaði sig á því að það var Gregor.

« Oh mon Dieu ! » hurla-t-elle en tendant les bras.

„Ó, guð minn," öskraði hún með útréttar hendur.

Et elle s'est effondrée sur le canapé comme si elle avait renoncé.

Og hún féll niður í sófann eins og hún hefði gefist upp.

« Gregor ! » cria sa sœur en levant le poing.

„Gregor!" hrópaði systirin á hann með uppréttum hnefa.

Et elle lui lança un regard long, dur et pénétrant.

Og hún sendi honum langt, hart og skarpt augnaráð.

C'était la première fois qu'elle lui parlait directement.

Þetta var í fyrsta skipti sem hún hafði talað við hann beint.

Elle a couru dans la pièce voisine pour aller chercher des sels d'ammoniaque.

Hún hljóp inn í næsta herbergi til að ná í lyktarsalt.

Elle devait ramener sa mère à la conscience.

Hún þurfti að vekja móður sína til meðvitundar aftur.

Gregor voulait aider, il pourrait sauvegarder la photo plus tard.

Gregor vildi hjálpa, hann gæti vistað myndina síðar.

Mais il s'était solidement collé à la vitre.

En hann hafði fest sig fastur í glerinu.

Il a donc dû s'arracher à ce point en utilisant beaucoup de force.

Hann þurfti því að rífa sig í burtu með miklu valdi.

Il courut lui aussi dans la pièce voisine, où se trouvait sa sœur.

Hann hljóp líka inn í næsta herbergi, þar sem systirin var.

Autrefois, il aurait pu lui donner quelques conseils.

Í gamla daga hefði hann getað gefið henni einhver ráð.

Mais à présent, il ne pouvait rien faire d'autre que rester là, impuissant, et regarder.

En nú gat hann ekkert annað gert en að standa aðgerðalaus og horfa á.

Elle fouilla dans le tiroir, ouvrant diverses bouteilles.

Hún rótaði í gegnum skúffuna og opnaði ýmsar flöskur.

Et il lui faisait encore peur quand elle se retournait.

Og hann hræddi hana enn þegar hún sneri sér við.

Une bouteille est tombée par terre, s'est cassée et a éclaté.

Flaska féll á gólfið, brotnaði og klofnaði.

Un éclat de verre a frappé Gregor au visage et l'a blessé.

Glerflís lenti í andliti Gregors og særði hann.

La bouteille contenait une sorte de liquide caustique.

Í flöskunni hafði verið einhvers konar ætandi vökva.

Et maintenant, le liquide corrosif brûlait le visage de Gregor.

Og nú brann ætandi vökvinn í andlit Gregors.

Sa sœur, cependant, n'avait pas de temps à consacrer à Gregor pour le moment.

Systirin hafði hins vegar engan tíma fyrir Gregor núna.

Elle ramassa autant de bouteilles qu'elle put.

Hún tók upp eins margar flöskur og hún gat.

Et elle est retournée en courant vers sa mère avec les médicaments.

Og hún hljóp aftur til mömmu sinnar með lyfin.

Elle claqua la porte du pied, empêchant Gregor d'entrer.

Hún skellti hurðinni á afturendanum með fætinum og lokaði Gregor úti.

Il était désormais coupé de sa mère, potentiellement mourante.

Hann var nú aðskilinn frá móður sinni, sem var hugsanlega deyjandi.

S'il ouvrait la porte, il chasserait sa sœur.

Ef hann opnaði dyrnar myndi hann reka systurina í burtu.

Mais bien sûr, elle devait rester pour s'occuper de sa mère.

En auðvitað þurfti hún að vera eftir til að annast mömmuna.

Il ne pouvait plus rien faire d'autre qu'attendre.

Nú gat hann ekkert annað gert en að bíða eftir þeim.

Rongé par les remords et l'anxiété, il se mit à ramper.

Hrjáður af sjálfsásökun og kvíða fór hann að skríða.

Il rampait partout : sur les murs, les meubles, le plafond.

Hann skreið alls staðar; veggi, húsgögn, loft.

Il avait l'impression que toute la pièce tournait autour de lui.

Honum fannst eins og allt herbergið væri að snúast í kringum hann.

Finalement, désespéré et pris de vertiges, il retomba.

Loksins, í örvæntingu og svima, féll hann aftur niður.

Et il est tombé directement sur la grande table de la salle à manger.

Og hann féll beint ofan á stóra borðstofuborðið.

Il resta allongé là un certain temps, engourdi et incapable de bouger.

Hann lá þarna um tíma, dofinn og ófær um að hreyfa sig.

Il était épuisé par tout ce que cette journée lui avait apporté.

Hann var úrvinda eftir allt sem þessi dagur hafði borið yfir hann.

Le silence régnait partout, mais c'était peut-être bon signe.

Það var hljótt allt í kring, en það var kannski gott teikn.

Puis, brisant le silence, la sonnette retentit à l'extérieur.

Þá, sem rauf þögnina, hringdi dyrabjallan fyrir utan.

La bonne, bien sûr, s'était enfermée dans sa cuisine.

Vinnukonan hafði auðvitað læst sig inni í eldhúsinu sínu.

La sœur était donc la seule à pouvoir ouvrir la porte.

Svo var systirin sú eina sem gat opnað dyrnar.

« Que s'est-il passé ? » fut la première question du père.

„Hvað gerðist?" var það fyrsta sem faðirinn spurði.

L'apparence de Grete lui avait probablement tout dit.

Útlit Grétu hafði líklega sagt honum allt.
La voix de Grete devint étouffée et monotone tandis qu'elle parlait.
Rödd Grétu varð dauf og dauf er hún talaði.
Elle a dû enfouir son visage contre la poitrine de son père.
Hún hlýtur að hafa þrýst andlitinu að brjósti föður síns.
« Maman était inconsciente, mais elle va mieux maintenant. »
„Mamma var meðvitundarlaus en henni líður betur núna.“
« Gregor s'est échappé », a-t-elle ajouté, ce à quoi il s'attendait.
„Gregor er sloppinn,“ bætti hún við, sem hann hafði búist við.
« Je vous l'ai toujours dit, il allait s'échapper un jour. »
„Ég hef alltaf sagt þér að hann myndi sleppa einn daginn.“
« Mais vous, les femmes, vous ne vouliez pas m'écouter, n'est-ce pas ? »
„En þið konur vilduð ekki hlusta á mig, er það ekki?“
Gregor comprit rapidement comment son père verrait les choses.
Gregor áttaði sig fljótt á því hvernig faðir hans myndi líta á hlutina.
Il avait mal interprété le message trop bref de Grete.
Hann hafði misskilið of stutta skilaboð Grétu.
Il supposa que Gregor avait commis un acte de violence.
Hann gerði ráð fyrir að Gregor hefði framið einhvern ofbeldisverk.
Gregor devait trouver un moyen d'apaiser son père d'une manière ou d'une autre.
Gregor þurfti að finna leið til að friða föður sinn á einhvern hátt.
Parce qu'il n'avait pas le temps de lui expliquer les choses.
Vegna þess að hann hafði ekki tíma til að útskýra hlutina fyrir honum.
Mais de toute façon, il n'aurait pas été capable d'expliquer les choses.
En hann hefði hvort eð er ekki getað útskýrt hlutina.
Il s'est donc enfui vers la porte et s'y est plaqué.

Svo flýði hann að dyrunum og þrýsti sér upp að þeim.

Ainsi, son père pourrait le voir depuis l'antichambre.

Þannig gat faðir hans séð hann úr forstofunni.

Et il pourrait constater qu'il avait les meilleures intentions.

Og hann gæti séð að hann hafði bestu fyrirætlanir.

Il n'était pas nécessaire de le repousser avec un balai.

Það var engin þörf á að ýta honum til baka með kústi.

Il aurait suffi que le père ouvre la porte.

Það eina sem pabbinn hefði þurft að gera var að opna dyrnar.

Mais il n'était pas d'humeur à remarquer de telles subtilités.

En hann var ekki í skapi til að taka eftir slíkum smáatriðum.

« Te voilà ! » s'exclama-t-il dès qu'il entra.

„Þarna ertu!" hrópaði hann um leið og hann kom inn.

C'était comme s'il était à la fois en colère et heureux.

Það var eins og hann væri reiður og glaður í senn.

Il recula la tête et leva les yeux vers son père.

Hann dró höfuðið aftur og leit upp til föðurins.

Il n'avait pas imaginé son père debout là, dans cette position.

Hann hafði ekki ímyndað sér að pabbi sinn stæði þarna svona.

**Mais ces derniers temps, il s'était trouvé une nouvelle
distraction.**

En hann hafði, að undanförnu, fundið nýja afþreyingu.

Ramper occupait désormais une grande partie de sa journée.

Að skríða um tók nú upp stóran hluta dagsins hans.

**Auparavant, il se tenait au courant de toutes les nouvelles
dans l'appartement.**

Áður fylgdist hann með öllum fréttum í íbúðinni.

**Mais ces derniers temps, il n'y avait pas prêté beaucoup
d'attention.**

En hann hafði ekki verið að fylgjast eins vel með þessu upp á
síðkastið.

Il aurait dû se préparer à faire face aux changements.

Hann hefði átt að vera viðbúinn breytingum.

**Pour autant, cet homme qui se tenait devant lui était-il
encore son père ?**

Engu að síður, var þessi maður á undan honum enn faðirinn?

Était-ce le même homme qui avait l'habitude de rester allongé, fatigué, dans son lit ?

Var þetta sami maðurinn sem lá þreyttur í rúminu sínu?

Alors que Gregor était déjà parti en voyage d'affaires.

Þegar Gregor var þegar farinn í viðskiptaferð.

Était-ce le même homme qui le saluait le soir ?

Var þetta sami maðurinn sem heilsaði honum á kvöldin?

Lorsqu'il était en robe de chambre, dans son fauteuil.

Þegar hann var í náttsloppnum sínum í hægindastólnum sínum.

Était-ce le même homme qui n'avait pas pu se lever pour l'accueillir ?

Var þetta sami maðurinn sem gat ekki staðið upp til að taka á móti honum?

Restant assis, il leva le bras en signe de joie.

Svo, sitjandi sat hann áfram og lyfti hendinni sem gleðimerki.

Était-ce le même homme avec qui il faisait parfois des promenades ?

Var þetta sami maðurinn sem hann fór í gönguferðir með öðru hvoru?

Exceptionnellement : quelques dimanches par an, ou les jours fériés.

Í sjaldgæfum tilfellum: nokkra sunnudaga á ári eða á hátíðisdögum.

Était-ce le même homme qui marchait, enveloppé dans son pardessus ?

Var hann sami maðurinn sem gekk, vafinn í yfirhöfn sína?

S'est-il lentement avancé, entre la mère et lui ?

Fékk hann hægt og rólega fæðingu, á milli hans og móðurinnar?

Et ils marchaient déjà lentement à cause de lui.

Og þau gengu þegar hægt vegna hans.

Mais à présent, cet homme se tenait droit et fort.

En nú stóð þessi maður sterkur og uppréttur.

Il portait un uniforme bleu à boutons dorés.

Hann var klæddur í bláan einkennisbúning með gullhnappum.

Les badges que portent les employés des institutions bancaires.

Hnappar sem starfsmenn bankastofnana bera.

Au-dessus du col rigide, son double menton prononcé se dessinait.

Upp fyrir stífa kragann sást sterk tvöföld höku hans.

Sous ses sourcils broussailleux, ses yeux noirs fixaient le vide.

Undir þykkum augabrúnum hans gægðust svört augun út.

À présent, ses yeux paraissaient perçants, frais et alertes.

Nú virtust augu hans skarpskygg, fersk og vakandi.

Les cheveux blancs, auparavant ébouriffés, étaient désormais peignés.

Hvíta hárið, sem áður hafði verið óreiðukennt, var greitt niður.

Et ses cheveux étaient désormais coiffés d'une raie centrale méticuleuse.

Og hárið á honum var nú með nákvæmum miðjuskipting.

Il jeta son chapeau, orné d'un monogramme en or.

Hann kastaði hattinum sínum, sem var festur með gullmerki.

Il s'agissait probablement du monogramme de la banque pour laquelle il travaillait.

Þetta var líklega eintak bankans sem hann vann fyrir.

Et le chapeau atterrit sur le canapé, pour être rangé plus tard.

Og hatturinn lenti á sófanum, til að vera lagður til hliðar síðar.

Il repoussa le bas de sa longue veste d'uniforme.

Hann ýtti neðsta hluta langa einkennisbúningjakkans til baka.

Et il mit ses pouces dans les poches de son pantalon.

Og hann stakk þumalfingrunum í vasana á buxunum sínum.

Puis, le visage sombre, il s'avança vers Gregor.

Og svo gekk hann í átt að Gregori með hörkulegt andlit.

Il ne savait probablement même pas ce qu'il comptait faire.

Hann vissi líklega ekki einu sinni hvað hann ætlaði sér að gera.

Mais il leva néanmoins les pieds exceptionnellement haut.

En engu að síður lyfti hann fótunum óvenju hátt.

Gregor était stupéfait par la taille énorme de ses bottes.

Gregor var undrandi á gríðarstórum stígvélum sínum.

Mais il n'y avait vraiment pas le temps de s'extasier devant ses chaussures.

En það var í raun enginn tími til að dást að skónum hans.

Le père avait opté pour une discipline très stricte.

Faðirinn hafði ákveðið mjög strangan aga.

Seule la plus grande sévérité convenait à Gregor.

Aðeins mesta alvarleikinn var viðeigandi fyrir Gregor.

Il le savait dès le premier jour de sa transformation.

Hann vissi þetta frá fyrsta degi umbreytingar sinnar.

Il courut vers son père et s'arrêta quand celui-ci s'arrêta.

Hann hljóp til föður síns og stoppaði þegar hann stoppaði.

Il se précipita de nouveau vers lui lorsqu'il bougea à nouveau.

Hann hljóp aftur í átt að honum þegar hann hreyfði sig aftur.

Le père marqua une pause, et Gregor fit de même.

Faðirinn þagnaði andartak, og Gregor líka.

Et il se précipita de nouveau en avant dès que son père eut bougé.

Og hann hljóp áfram aftur um leið og faðir hans hreyfði sig.

Ils firent ainsi plusieurs fois le tour de la pièce.

Þannig gengu þau í hringi um herbergið nokkrum sinnum.

Aucun avantage décisif n'avait encore été obtenu par qui que ce soit.

Enginn hafði enn náð afgerandi forskoti.

On n'aurait pas pu avoir l'impression d'une poursuite.

Maður gat ekki fengið þá hugmynd að um eftirför væri að ræða.

Parce que tout l'événement se déroulait beaucoup trop lentement.

Vegna þess að allur atburðurinn gekk alltof hægt fyrir sig.

Gregor avait décidé de rester au sol.

Gregor hafði ákveðið að hann ætlaði að vera áfram á jörðinni.

Il aurait pu courir le long des murs et du plafond.

Hann gæti hafa hlaupið upp veggina og meðfram loftinu.

Mais il ne voulait pas provoquer inutilement le père.

En hann vildi ekki ögra föðurnum að óþörfu.

Une telle évasion aurait pu paraître particulièrement perverse.
Slíkur flótti hefði getað virst sérstaklega ógnvænlegur.
Gregor admit que cette poursuite ne pourrait pas durer beaucoup plus longtemps.
Gregor viðurkenndi að þessi eftirför gæti ekki varað mikið lengur.
Chaque étape nécessitait une myriade de mouvements.
Hvert skref þurfti að mæta með ótal hreyfingum.
Il commençait déjà à avoir le souffle court.
Hann var þegar farinn að finna fyrir mæði.
Même avant cela, il n'avait jamais eu des poumons totalement fiables.
Jafnvel áður hafði hann aldrei alveg traustvekjandi lungu.
Il avançait en titubant, économisant ses forces pour la course.
Hann staulaðist áfram og geymdi kraftana fyrir hlaupið.
Il était si fatigué qu'il avait du mal à garder les yeux ouverts.
Hann var svo þreyttur að hann gat varla haldið augunum opnum.
Ses pensées étaient devenues trop lentes pour qu'il puisse envisager d'autres solutions.
Hugsanir hans urðu of hægar til að hann gæti hugsað um aðrar flóttaleiðir.
Il avait presque oublié que les murs étaient à sa disposition.
Hann hafði næstum gleymt að veggirnir voru tiltækir honum.
Mais les murs étaient de toute façon dissimulés derrière des meubles.
En veggirnir voru samt sem áður faldir á bak við húsgögn.
Et les meubles avaient trop d'encoches et de saillies.
Og húsgögnin voru með of mörg hak og útskot.
Et puis, juste à côté de lui, en roulant, il y avait une pomme.
Og þá, rétt við hliðina á honum, að rúlla sér, var epli.
Il réalisa que la pomme avait dû lui être lancée.
Eplið hlýtur að hafa verið kastað í hann, áttaði hann sig á.
Mais il n'eut pas le temps de réfléchir qu'une autre pomme arriva.

En hann hafði engan tíma til að hugsa sig um áður en annað epli kom.

Gregor resta figé, sous le choc de la nouvelle stratégie de son père.

Gregor stóð steinhissa yfir nýju aðferð föðurins.

Il ne pouvait plus rien gagner à essayer de fuir.

Hann gat ekki lengur fengið neitt út úr því að reyna að hlaupa.

Le père avait décidé de le bombarder de fruits.

Faðirinn hafði ákveðið að sprengja hann með ávöxtum.

Il avait rempli ses poches avec les fruits du bol de la cuisine.

Hann hafði fyllt vasana sína úr ávaxtaskálinni í eldhúsinu.

Sans viser particulièrement, il lançait pomme après pomme.

Án þess að miða sérstaklega kastaði hann epli á fætur öðru.

Ces petites pommes rouges roulaient sur le sol.

Þessi litlu rauðu epli veltust um á jörðinni.

Comme électrifiées, les pommes se heurtèrent les unes aux autres.

Eins og rafmagnað rekust eplin hvert á annað.

Une des pommes, lancée mollement, a effleuré le dos de Gregor.

Eitt af eplunum, sem máttlaust voru kastað, strauk Gregors á bakinu.

Heureusement pour lui, la pomme a glissé sans le blesser.

Sem betur fer fyrir hann rann eplið af án þess að skaðað væri.

Cependant, la pomme lancée ensuite était plus précise.

Eplið sem kastað var á eftir var þó nákvæmara.

Et cette pomme s'est logée profondément dans le dos de Gregor.

Og þetta epli festist djúpt í baki Gregors.

Gregor voulait s'éloigner de la douleur.

Gregor langaði til að draga sig burt frá sársaukanum.

Peut-être pourrait-on échapper à cette nouvelle douleur inimaginable.

Kannski væri hægt að sleppa við þennan nýja, ótrúlega sársauka.

Un changement d'endroit pourrait peut-être soulager son supplice.

Kannski myndi breyting á staðsetningu lina kvöl hans.

Mais il avait l'impression d'être cloué au sol.

En honum fannst eins og hann hefði verið negldur niður á gólfið.

Il s'étira, mais seulement à cause de sa confusion.

Hann teygði sig út, en aðeins vegna ruglings síns.

Ce n'est qu'à son dernier regard qu'il vit la porte s'ouvrir.

Það var ekki fyrr en í síðasta sinn sem hann sá hurðina opnast.

La mère s'est précipitée devant sa sœur qui hurlait.

Móðirin hljóp út fyrir framan öskrandi systurina.

Sa sœur l'avait déshabillée, elle était donc encore en chemise.

Systirin hafði afklædd hana, svo hún var í skyrtunni sinni.

Elle avait besoin de respirer pendant son inconscience.

Hún hafði þurft á öndunarrými að halda í meðvitundarleysi sínu.

Il voyait encore la mère courir vers le père.

Hann sá enn hvernig móðirin hljóp í átt að föðurnum.

Ses jupes glissèrent au sol, l'une après l'autre.

Pils hennar féllu til gólfsins, hvert á fætur öðru.

Il la vit s'approcher du père et trébucher sur sa jupe.

Hann sá hana nálgast föðurinn og hrasa á pilsinu sínu.

L'enlaçant, elle demanda qu'on épargne la vie de Gregor.

Hún faðmaði hann og bað um að lífi Gregors yrði þyrmt.

En parfaite harmonie avec son corps, sa vue s'est éteinte.

Í algjörri sameiningu við líkama sinn bilaði sjónin.

Troisième partie
Þriðji hluti

Gregor a souffert de cette grave blessure pendant plus d'un mois.

Gregor hlaut alvarleg meiðsli í meira en mánuð.

La pomme restait incrustée ; personne n'osait l'enlever.

Eplið sat fast í því; enginn þorði að fjarlægja það.

La pomme restait plantée dans sa chair comme un rappel visible.

Eplið varð eftir í holdi hans sem sýnileg áminning.

Mais la pomme servait aussi de rappel au père.

En eplið þjónaði einnig sem áminning fyrir föðurinn.

Il comprit que Gregor ne devait pas être traité comme un ennemi.

Hann áttaði sig á því að Gregor ætti ekki að vera meðhöndlaður eins og óvinur.

Actuellement, son apparence pourrait être triste et repoussante.

Eins og er gæti útlit hans verið dapurlegt og ógeðslegt.

Mais il restait néanmoins un membre de leur famille.

En engu að síður var hann enn meðlimur fjölskyldu þeirra.

Il a fallu accepter et tolérer cette réticence.

Tregðuna þurfti að kyngja og umburðarlynda.

En raison de sa blessure, il risque fort de perdre sa mobilité à jamais.

Vegna sársins gæti hreyfigeta hans verið horfin að eilífu.

Il continuait à ramper dans sa chambre, mais beaucoup plus lentement.

Hann skreið enn um í herberginu sínu, en miklu hægar.

Ramper à une quelconque hauteur était hors de question.

Að skríða í nokkurri hæð kom ekki til greina.

Mais Gregor a bien reçu une forme de compensation.

En Gregor fékk einhvers konar bætur.

Le soir, la porte du salon lui fut ouverte.

Um kvöldið voru dyrnar að stofunni opnaðar fyrir honum.

**Et il estimait que ces réparations étaient tout à fait
adéquates.**
Og hann taldi þessar bætur fullkomlega fullnægjandi.
Avant le soir, il avait déjà commencé à surveiller la porte.
Fyrir kvöldið var hann þegar farinn að gæta dyranna.
Il était allongé dans l'obscurité, invisible depuis le salon.
Hann lá í myrkrinu, ósýnilegur úr stofunni.
Il pouvait voir toute la famille à la table illuminée.
Hann gat séð alla fjölskylduna við upplýsta borðið.
Il était désormais autorisé à écouter leurs conversations.
Nú var honum leyft að hlusta á samræður þeirra.
C'était très différent de leur arrangement précédent.
Þetta var nokkuð ólíkt fyrri fyrirkomulagi þeirra.
Les conversations animées d'autrefois étaient terminées.
Líflegar samræður fyrri tíma voru á enda.
C'étaient ces conversations qu'il désirait tant.
Þetta voru samræðurnar sem hann þráði alltaf.
Lorsqu'il dormait seul dans de petites chambres d'hôtel.
Þegar hann svaf einn í litlum hótelherbergjum.
Quand il a dû se jeter dans les draps humides.
Þegar hann þurfti að kasta sér í raka rúmfötin.
**Mais les soirées étaient désormais généralement calmes et
sans incident.**
En kvöldin núna voru að mestu leyti róleg og atburðalaus.
Le père s'est endormi dans son fauteuil après le dîner.
Pabbinn sofnaði í hægindastólnum sínum eftir kvöldmatinn.
Et la mère et la sœur s'exhortaient mutuellement à se taire.
Og móðirin og systirin hvöttu hvor aðra til að vera kyrr.
La mère, penchée très haut sur la lampe, cousait du lin.
Móðirin, sem hallaði sér langt yfir ljósið, saumaði lín.
**Elle confectionne maintenant des robes pour l'un des
magasins de mode.**
Hún saumaði kjóla fyrir eina af tískuverslununum núna.
**Comme Gregor, sa sœur avait trouvé un emploi de
vendeuse.**
Eins og Gregor hafði systirin ráðið sig sem sölukona.
Elle apprenait la sténographie et le français le soir.

Hún var að læra stuttritun og frönsku á kvöldin.

Afin qu'elle puisse peut-être obtenir un meilleur poste plus tard.

Svo að hún gæti kannski fengið betri vinnu síðar.

Parfois, le père se réveillait de sa sieste du soir.

Stundum vaknaði faðirinn af kvöldlúrum sínum.

« Chérie, tu as déjà cousu tellement longtemps aujourd'hui ! »

"Elskan, þú ert búin að vera að sauma svo lengi í dag!"

Il semblait avoir oublié qu'il dormait.

Hann virtist hafa gleymt því að hann hafði verið að sofa.

Mais il retombait aussitôt dans son sommeil.

En hann féll strax aftur í svefninn.

Et la mère et la sœur s'échangèrent un sourire las.

Og móðirin og systirin brostu þreytulega hvor til annarrar.

Le père avait développé une étrange nouvelle obstination.

Faðirinn hafði þróað með sér nýja undarlega þrjósku.

Même chez lui, il refusait d'enlever son uniforme de domestique.

Jafnvel heima neitaði hann að fara úr þjónustubúningnum.

Et son peignoir pendait inutilement sur le cintre.

Og náttkjóllinn hans hékk ónothæfur á herðatrénu.

Le père dormit donc, tout habillé, dans son fauteuil.

Svo svaf faðirinn, fullklæddur, í hægindastólnum sínum.

C'était comme s'il était toujours prêt à rendre service.

Það var eins og hann væri alltaf reiðubúinn að gegna þjónustu sinni.

Comme s'il attendait simplement la voix de son supérieur.

Eins og hann væri bara að bíða eftir rödd yfirmanns síns.

Cela a eu pour conséquence que son uniforme a perdu sa propreté.

Þetta leiddi til þess að búningur hans missti hreinleika sinn.

Bien que l'uniforme ne fût pas neuf lorsqu'il l'a reçu.

Þótt einkennisbúningurinn hafi ekki verið nýr þegar hann fékk hann heldur.

Et la mère faisait de son mieux pour prendre soin de l'uniforme.

Og móðirin gerði sitt besta til að hugsa vel um einkennisbúninginn.

Gregor passait des soirées entières à contempler cet uniforme.

Gregor eyddi heilum kvöldum í að horfa á þennan búning.

Il observa le vieil homme dormir très mal.

Hann horfði á gamla manninn sofa óþægilega.

Mais dans son sommeil, il remarqua aussi quelque chose de paisible.

En í svefni sínum tók hann líka eftir einhverju friðsælu.

Lorsque l'horloge a sonné dix heures, la mère a essayé de le réveiller.

Þegar klukkan sló tíu reyndi móðirin að vekja hann.

Elle lui parla doucement et le persuada d'aller se coucher.

Hún talaði lágt og fékk hann til að fara að sofa.

Parce que dormir sur un fauteuil, ce n'était pas du vrai sommeil.

Því að sofa í hægindastólnum var ekki alvöru svefn.

Il allait devoir commencer à travailler à six heures.

Hann átti að byrja að vinna klukkan sex.

Il avait donc vraiment besoin de dormir le mieux possible.

Þannig að hann þurfti virkilega að fá sem bestan svefn.

Mais il était pris d'une nouvelle forme d'obstination.

En hann hafði verið gripinn af nýrri tegund þrjóskleika.

Le fait de devenir serviteur avait commencé à avoir cet effet sur lui.

Það að verða þjónn hafði farið að hafa þessi áhrif á hann.

Il insistait donc toujours pour rester plus longtemps à table.

Svo krafðist hann alltaf þess að vera lengur við borðið.

Bien qu'il se rendormît régulièrement dans son fauteuil.

Þótt hann sofnaði reglulega aftur í stólnum sínum.

Et il ne pouvait être déplacé qu'avec la plus grande difficulté.

Og hann var aðeins hægt að færa með mikilli fyrirhöfn.

Il a fallu lui dire que ce lit lui conviendrait mieux.

Honum varð að segja að rúmið væri betra fyrir hann.

La mère et la sœur ont dû insister, malgré quelques avertissements.

Móðir og systir urðu að krefjast þess með litlum viðvörunum.

Pendant quinze minutes, il se contenta de secouer lentement la tête.

Í fimmtán mínútur hristi hann aðeins hægt höfuðið.

Et il garda les yeux fermés et refusa de se lever.

Og hann hélt augunum lokuðum og neitaði að standa upp.

La mère tira doucement, mais fermement, sur sa manche.

Móðirin togaði í ermi hans, varlega en ákveðið.

Et elle lui murmurait des mots flatteurs à l'oreille, encore fatiguée.

Og hún hvíslaði smjaðrandi orðum í þreytt eyru hans.

La sœur a interrompu sa tâche pour aider sa mère.

Systirin hætti í verkefninu sem hún var að sinna til að hjálpa móður sinni.

Mais aucun de leurs efforts n'a fonctionné sur le père.

En engin ein af tilraunum þeirra virkaði á föðurinn.

Il s'enfonça encore plus profondément dans son fauteuil, prêt à dormir.

Hann sökk enn dýpra niður í stólinn sinn, tilbúinn að sofa.

Et finalement, les femmes l'ont attrapé sous les aisselles.

Og loksins gripu konurnar hann undir handarkrikana.

Il ouvrit les yeux et les regarda tour à tour.

Hann opnaði augun og horfði á þau til skiptis.

« Quelle vie ! » se plaignit-il en allant se coucher.

„Hvaða líf er þetta,“ kvartaði hann og fór að sofa.

« Est-ce là la paix qui m'a été accordée dans ma vieillesse ? »

"Er þetta friðurinn sem mér hefur verið gefinn á efri árum?"

Mais alors, s'appuyant sur les deux femmes, il se leva maladroitement.

En þá reis hann upp, hallaði sér að konunum tveimur, klaufalega.

Il agissait comme s'il portait le fardeau le plus lourd.

Hann hagaði sér eins og hann bæri þyngstu byrðina.

Il laissa les deux femmes le conduire au fond de la pièce.

Hann lét konurnar tvær leiða sig út í enda herbergisins.

Là, il leur souhaita bonne nuit et poursuivit son chemin seul.

Þar bauð hann þeim góða nótt og hélt áfram einn síns liðs.

Mais la mère jeta précipitamment son nécessaire à couture.

En móðirin kastaði í skyndi frá sér saumakassann sinn.

Et la sœur posa elle aussi le stylo et le bloc-notes.

Og systirin lagði líka niður pennann og minnisblokkina.

Et ils coururent derrière le père pour l'aider davantage.

Og þau hlupu á eftir föðurnum til að hjálpa honum áfram.

Qui, dans cette famille surmenée, avait du temps à consacrer à Gregor ?

Hver í þessari ofvinnuðu fjölskyldu hafði tíma fyrir Gregor?

Qui aurait pu lui accorder plus d'attention que nécessaire ?

Hver hefði getað veitt honum meiri athygli en nauðsyn krefði?

Le budget des ménages est devenu de plus en plus restreint.

Fjárhagsáætlun heimilanna varð sífellt takmarkari.

Finalement, pour faire des économies, ils ont dû licencier la bonne.

Að lokum, til að spara peninga, urðu þau að segja upp vinnukonunni.

Elle fut remplacée par une femme à la carrure imposante et aux cheveux blancs.

Í stað hennar var komin kona með þykka bein og hvítt hár.

Mais cette femme ne venait que le matin et le soir.

En þessi kona kom aðeins á morgnana og kvöldin.

Et tout le travail le plus lourd et le plus pénible lui avait été réservé.

Og allt þyngsta og erfiðasta verkið var geymt fyrir hana.

Toutes les autres tâches ménagères étaient prises en charge par la mère.

Öll önnur heimilisstörf sá móðirin um.

Il est même arrivé que plusieurs bijoux de famille soient vendus.

Það kom jafnvel fyrir að ýmis fjölskylduskartgripir voru seldir.

Des bijoux que les femmes avaient portés avec joie lors des festivités.

Skartgripir sem konurnar höfðu glaðlega borið á
hátíðahöldum.
Gregor a appris cela lors d'une discussion générale.
Gregor lærði þetta í einni af almennu umræðunum.
Le principal grief, cependant, portait sur autre chose.
Stærsta kvörtunin var þó eitthvað annað.
**L'appartement était trop grand, mais ils ne pouvaient pas
déménager.**
Íbúðin var of stór en þau gátu ekki flutt út.
Il était impossible de déplacer Gregor.
Það var engin leið að þeir hefðu getað flutt Gregor aftur.
**Mais Gregor comprit que ce n'était pas seulement une
question de considération.**
En Gregor áttaði sig á því að þetta var ekki bara tillitsemi.
**Quelque chose d'autre les a empêchés de déménager
ailleurs.**
Eitthvað annað kom í veg fyrir að þau færu annað.
**Il aurait facilement pu être transporté dans une caisse
appropriée.**
Hann hefði auðveldlega getað verið fluttur í viðeigandi kassa.
Leur sentiment de désespoir total les a paralysés.
Tilfinning þeirra um algjört vonleysi hélt þeim aftur af sér.
**Ils ne voulaient pas admettre que le malheur les avait
frappés.**
Þau vildu ekki viðurkenna að óheppnin hefði dunið yfir þau.
Ils ont accompli ce que le monde exige des pauvres.
Það sem heimurinn krefst af fátæku fólki, það uppfylltu þeir.
**Le père a apporté le petit déjeuner au jeune employé de
banque.**
Faðirinn sótti morgunmat handa litla bankastarfsmanninum.
La mère s'est sacrifiée pour laver le linge d'inconnus.
Móðirin fórnaði sér fyrir þvott ókunnugra.
**La sœur faisait des allers-retours pour prendre les
commandes des clients.**
Systirin hljóp fram og til baka eftir pöntunum
viðskiptavinanna.

Mais ils n'avaient tout simplement plus la force d'en faire plus.

En þau höfðu einfaldlega ekki kraft til að gera meira.

La blessure dans le dos de Gregor commença à le faire encore plus souffrir.

Sárið á baki Gregors fór að sársaukna enn meira.

Chaque soir, la mère et la sœur amenaient le père au lit.

Á hverju kvöldi komu móðir og systir með föðurinn í rúmið.

Ils laissèrent leur travail où il était et s'assirent ensemble.

Þau skildu vinnu sína eftir þar sem hún var og settust saman.

Ils se rapprochèrent et s'assirent joue contre joue.

Og þau færðust nær hvort öðru og sátu kinn við kinn.

La mère désigna la pièce d'où il observait.

Móðirin benti á herbergið þaðan sem hún horfði á.

« Pourriez-vous fermer la porte ? » demanda-t-elle à sa sœur.

„Viltu loka hurðinni?" spurði hún systurina.

Et Gregor se retrouva de nouveau seul dans le noir.

Og þá varð Gregor aftur einn eftir í myrkrinu.

Et dans la pièce voisine, la femme mêla leurs larmes.

Og í næsta herbergi blandaði konan tárum þeirra saman.

Ou bien ils restaient assis, les yeux secs, fixant simplement la table.

Eða þau sátu þurraugin og störðu bara á borðið.

Gregor ne dormait pratiquement pas, ni la nuit ni le jour.

Gregor svaf varla, hvorki nótt né dag.

Il réfléchissait souvent à la façon dont il pourrait aider sa famille.

Hann hugsaði oft um hvernig hann gæti hjálpað fjölskyldunni.

Il songea à gagner à nouveau de l'argent pour eux.

Hann hugsaði um að vinna sér inn peningana aftur fyrir þau.

Il songea à faire ce qu'il faisait autrefois pour eux.

Hann hugsaði um að gera það sem hann var vanur að gera fyrir þau.

Le représentant autorisé lui revint dans ses pensées.

Í hugsunum sínum kom viðurkenndi fulltrúinn aftur.

Et cette fois, le patron est également venu à l'appartement.

Og að þessu sinni kom yfirmaðurinn líka í íbúðina.

Et les commis et les apprentis étaient là aussi.

Og skrifstofufólkið og lærlingarnir voru þar líka.

Même le domestique un peu simplet est venu le voir.

Jafnvel hægvitni skrifstofuþjónninn kom til að hitta hann.

Il y avait deux ou trois amis d'autres entreprises.

Þar voru tveir eða þrír vinir úr öðrum fyrirtækjum.

Une des femmes de chambre d'un hôtel de province.

Ein af herbergisþernunum á hóteli í héruðunum.

Un souvenir précieux et fugace auquel il s'efforçait de s'accrocher.

Kær og hverful minning sem hann reyndi að halda fast í.

Une caissière d'une chapellerie pour laquelle il avait des intentions.

Gjaldkeri úr hattabúð sem hann hafði fyrirætlanir fyrir.

Mais il avait été un peu trop lent à obtenir son approbation.

En hann hafði verið aðeins of seinn til að vinna samþykki hennar.

Ils lui apparurent tous, mêlés à des inconnus.

Þau birtust öll í hugsunum hans, blandað ókunnugum.

Et d'autres n'apparurent pas ; ils étaient déjà oubliés.

Og aðrir birtust ekki; þeir voru þegar gleymdir.

Mais ils ne l'ont pas aidé, ni lui, ni sa famille.

En þau hjálpuðu honum ekki, né fjölskyldunni.

Ils étaient inaccessibles, et il était content quand ils sont partis.

Þau voru óaðgengileg og hann var feginn þegar þau fóru.

Il n'était pas toujours d'humeur à se soucier de sa famille.

Hann var ekki alltaf í skapi til að hafa áhyggjur af fjölskyldunni.

Et il était rempli de rage à cause de ce manque d'attention.

Og hann fylltist reiði vegna athyglisbrestsins.

Et il ne pouvait imaginer rien qui puisse lui faire envie.

Og hann gat ekki ímyndað sér neitt sem hann hafði lyst á.

Mais il avait tout de même prévu de cambrioler le garde-manger.

En hann gerði samt áætlanir um að brjótast inn í matarbúrið.

Et il allait prendre tout ce qui lui était dû.

Og hann ætlaði að taka allt sem hann átti skilið.

Sa sœur ne faisait plus aucun effort particulier pour lui.

Systirin lagði ekki lengur neina sérstaka áherslu á hann.

Elle ne consacrait plus de temps à chercher à lui plaire.

Hún eyddi ekki lengur tíma í að hugsa um að þóknast honum.

Avant d'aller travailler, elle a rapidement glissé de la nourriture dans la pièce.

Áður en hún fór að vinna tróð hún fljótt einhverjum mat inn í herbergið.

Et le soir venu, elle a rapidement ramassé les restes.

Og um kvöldið sópaði hún matnum fljótt upp aftur.

Elle ne faisait plus attention à savoir s'il avait mangé ou non.

Hvort hann hafði borðað eða ekki tók hún ekki eftir því lengur.

Le plus souvent, la nourriture restait intacte.

Oftast en ekki nú til dags var maturinn látinn ósnertur.

Elle continuait de traverser la pièce rapidement le soir.

Hún sveif samt hratt um herbergið á kvöldin.

Mais maintenant, elle se contentait du strict minimum, aussi vite que possible.

En nú gerði hún það allra lágmarks, eins hratt og mögulegt var.

Des traînées de saleté jonchaient les murs.

Rákir af óhreinindum lágu eftir veggjunum.

Des boules de poussière et de détritus jonchaient le sol.

Rykboltar og rusl lágu eftir á gólfinu.

Gregor manifesta son désapprobation face à son manque d'attention.

Gregor sýndi vanþóknun sína á umhyggjuleysi hennar.

Il se tourna selon un angle particulièrement significatif.

Hann sneri sér í sérstaklega verulegu horni.

Mais il aurait pu rester à ce poste pendant des semaines.

En hann hefði getað verið í stöðunni í margar vikur.

Sa sœur n'aurait pas remarqué son mécontentement.

Systir hans hefði ekki tekið eftir óánægju hans.

Elle voyait la saleté aussi bien que lui, voire mieux.

Hún sá moldina alveg eins vel og hann, ef ekki betur.

Mais elle avait décidé de laisser la saleté où elle était.

En hún hafði ákveðið að skilja moldina eftir þar sem hún var.

À cette époque, elle a développé une sensibilité totalement nouvelle.

Á þeim tíma tileinkaði hún sér alveg nýja næmi.

Elle s'était donné pour mission de nettoyer la chambre de Gregor.

Hún hafði gert það að sinni ábyrgð að þrífa herbergi Gregors.

La famille a été touchée par sa gentillesse et sa prévenance.

Fjölskyldan var snortin af góðvild hennar.

Une fois, sa mère avait nettoyé sa chambre de fond en comble.

Einu sinni hafði móðirin þrifið herbergið hans vandlega.

Ce n'est qu'après avoir utilisé plusieurs seaux d'eau qu'elle a réussi.

Það tókst henni ekki fyrr en eftir að hafa notað nokkrar fötur af vatni.

Cependant, l'humidité nouvelle dans la pièce a nui à Gregor.

Hins vegar skaðaði nýja rakinn í herberginu Gregor.

Et il gisait, étendu de tout son long, amer et immobile sur le canapé.

Og hann lá breiður, bitur og hreyfingarlaus á sófanum.

Mais ce n'était que sa première punition pour avoir aidé.

En þetta var aðeins fyrsta refsing hennar fyrir að hjálpa til.

La sœur remarqua rapidement le changement dans la chambre de Gregor.

Systirin tók fljótt eftir breytingunni í herbergi Gregors.

Et elle s'est précipitée dans le salon, extrêmement insultée.

Og hún hljóp inn í stofuna, afar móðguð.

Sa mère leva les mains et tenta de la supplier.

Móðir hennar rétti upp hendur sínar og reyndi að sárbæna hana.

Mais malgré une explication sincère, elle a éclaté en sanglots.

En þrátt fyrir einlæga skýringu brast hún í grát.

Le père, bien sûr, sursauta et se leva de sa chaise.

Pabbinn hrökk auðvitað upp úr stólnum sínum.

Et les deux parents regardaient, stupéfaits et impuissants.

Og foreldrarnir tveir horfðu á, undrandi og hjálparvana.

Et finalement, leurs émotions s'agitèrent elles aussi.

Og að lokum urðu tilfinningar þeirra líka órólegar.

Le père a reproché à la mère ce qu'elle avait fait.

Faðirinn ávítaði móðurina fyrir það sem hún hafði gert.

« Tu aurais dû laisser la chambre à Grete pour qu'elle la nettoie. »

„Þú hefðir átt að skilja herbergið eftir svo Grete gæti þrifið.“

Grete a crié sur sa mère parce qu'elle avait nettoyé sa chambre.

Grete öskraði á mömmuna fyrir að þrífa herbergið hans.

«Tu n'as plus jamais le droit de nettoyer sa chambre !»

"Þú mátt aldrei þrífa herbergið hans aftur!"

La mère a essayé d'entraîner le père dans la chambre.

Móðirin reyndi að draga föðurinn inn í svefnherbergið.

La sœur resta seule dans la pièce, tremblante et sanglotant.

Systirin var eftir í herberginu, skjálfandi og grátandi.

Et elle frappa la table avec ses petits poings.

Og hún barði í borðið með litlu hnefunum sínum.

Et Gregor siffla bruyamment de colère contre eux tous.

Og Gregor hvæsti hátt í reiði að þeim öllum.

Pourquoi personne n'avait-il pensé à lui fermer la porte ?

Hvers vegna hafði engum dottið í hug að loka dyrunum fyrir honum?

Ils auraient pu lui épargner ce spectacle et ce bruit.

Þau hefðu getað sparað honum þessa sjón og hávaða.

Sa sœur était épuisée après être rentrée du travail.

Systirin var dauðþreytt eftir að hafa komið heim úr vinnunni.

Et s'occuper de Gregor représentait encore plus de travail pour elle.

Og það var enn meira álag fyrir hana að annast Gregor.

Mais cela ne signifie pas que la mère aurait dû le faire.

En það þýddi ekki að móðirin hefði átt að gera það.

Gregor, en revanche, ne doit pas être négligé.

Gregor, hins vegar, ætti ekki að vanrækja.

Mais maintenant, ils avaient une nouvelle bonne qui pouvait faire ce genre de choses.
En nú höfðu þau nýja vinnukonu sem gat gert slíkt.
Une veuve âgée à la charpente osseuse robuste.
Eldri ekkja með sterka beinabyggingu.
Une stature qui l'a aidée à survivre à sa vie difficile.
Stærð sem hjálpaði henni að lifa af erfiða ævina.
L'apparence de Gregor ne lui déplaisait pas vraiment.
Hún hafði enga raunverulega andúð á útliti Gregors.
Elle avait ouvert la porte de la chambre de Gregor par inadvertance.
Hún hafði óvart opnað dyrnar að herbergi Gregors.
Ce n'était pas par curiosité particulière à propos de la pièce.
Það var ekki af neinni sérstakri forvitni um herbergið.
Elle faisait simplement son travail et a ouvert la porte par hasard.
Hún var bara að vinna vinnuna sína og opnaði dyrnar fyrir tilviljun.
Gregor, bien sûr, fut complètement surpris par elle.
Gregor var auðvitað alveg hissa á henni.
Il n'était pas poursuivi, mais il courait d'avant en arrière.
Hann var ekki eltur, heldur hljóp hann fram og til baka.
Elle croisa simplement les bras et le regarda ramper.
Og hún bara krosslagði hendur sínar og horfði á hann skríða.
Depuis lors, elle lui entrouvrait toujours un peu la porte.
Síðan þá opnaði hún alltaf dyrnar aðeins fyrir hann.
Un matin, elle a jeté un coup d'œil pour voir comment il allait.
Einu sinni um morguninn leit hún inn til að sjá hvernig honum liði.
Et le soir, elle est allée prendre de ses nouvelles avant de partir.
Og um kvöldið athugaði hún hann, áður en hún fór.
Au début, elle a aussi essayé de l'appeler pour qu'il vienne la rejoindre.
Í fyrstu reyndi hún líka að kalla á hann og biðja hann að koma til sín.

« Viens par ici, vieux bousier ! » disait-elle.

„Komdu hingað, gamla mykjubjöllu!" sagði hún vön.

Ou bien elle disait, amicalement : « Regardez ce vieux bousier ! »

Eða hún sagði: „Sjáðu gamla mykjubjölluna!", vingjarnlega.

Gregor n'a jamais réagi lorsqu'on lui parlait de cette façon.

Gregor brást aldrei við því að vera talaður við á þennan hátt.

Il resta là, immobile, et l'ignora.

Hann stóð þarna kyrr, hreyfði sig ekki og hunsaði hana.

« Si seulement on lui avait expliqué comment faire correctement son travail. »

„Ef henni hefði bara verið sagt hvernig hún ætti að vinna vinnuna sína rétt."

« Au lieu de me déranger, elle devrait nettoyer ma chambre. »

„Í stað þess að angra mig ætti hún að þrífa herbergið mitt."

Tôt le matin, une forte pluie a frappé les fenêtres.

Snemma morguns lenti mikil rigning á gluggunum.

Peut-être la pluie était-elle déjà un signe du printemps à venir.

Kannski var rigningin þegar merki um komandi vor.

La bonne recommença à lui parler de cette façon.

Vinnukonan fór að tala við hann á þennan hátt enn á ný.

Gregor était tellement amer qu'il se tourna vers elle.

Gregor var svo beiskur að hann sneri sér við til hennar.

Il était lent et infirme, mais c'était une sorte d'attaque.

Hann var hægur og veikburða, en þetta var eins konar árás.

La bonne, en revanche, n'avait absolument pas peur de Gregor.

Vinnukonan var þó alls ekki hrædd við Gregor.

Au lieu de cela, elle souleva une chaise qui se trouvait près de la porte.

Í staðinn lyfti hún upp stól sem var nálægt dyrunum.

Et elle resta là, calmement, la bouche grande ouverte.

Og hún stóð þarna, róleg, með opinn munninn.

Ses intentions étaient claires, même Gregor pouvait le voir.

Ætlanir hennar voru skýrar, jafnvel Gregor gat séð það.

Et il se retourna lentement pour reprendre sa position initiale.

Og hann sneri sér hægt við, aftur í upprunalega stöðu sína.

« Donc vous ne voulez pas vous approcher davantage, n'est-ce pas ? »

„Þannig að þú vilt ekki koma nær, er það ekki?"

Et elle remit discrètement la chaise dans le coin.

Og hún færði stólinn hljóðlega aftur í hornið.

Gregor ne mangeait presque plus rien.

Gregor borðaði varla neitt lengur.

Parfois, lors de ses promenades dans la pièce, il s'arrêtait.

Stundum, á göngum sínum um herbergið, stoppaði hann.

Et il se retrouva à côté du repas qui lui avait été préparé.

Og hann fann sig við hliðina á matnum sem var útbúinn fyrir hann.

Il mit la nourriture dans sa bouche, mais seulement pour jouer avec.

Hann setti matinn upp í sig, en bara til að leika sér með hann.

Et bien souvent, il le recrachait quelques heures plus tard.

Og oft spýtti hann því út aftur eftir nokkrar klukkustundir.

Il essaya de trouver une raison à son manque d'appétit.

Hann reyndi að finna ástæðu fyrir matarlystarleysi sínu.

Peut-être parce qu'il était triste de l'état de sa chambre.

Kannski vegna þess að hann var dapur yfir ástandi herbergisins síns.

Mais il s'était fait à l'idée des changements survenus dans la pièce.

En hann hafði sætt sig við breytingarnar í herberginu.

Récemment, sa chambre était devenue une sorte de débarras.

Nýlega var herbergið hans orðið að eins konar geymsluherbergi.

Ils avaient pris l'habitude de laisser des choses là.

Þau höfðu vanist því að skilja hluti eftir þar.

Et il restait maintenant beaucoup de choses de ce genre dans sa chambre.

Og nú voru margir slíkir hlutir eftir í herbergi hans.

Parce qu'une chambre de l'appartement avait été louée.

Þar sem eitt herbergi í íbúðinni hafði verið leigt út.

Trois messieurs sérieux louaient la chambre ensemble.

Þrír einlægir herrar voru að leigja herbergið saman.

Gregor les avait aperçus un jour à travers une fente dans la porte.

Gregor tók einu sinni eftir þeim í gegnum rifu í hurðinni.

Ils portaient des barbes fournies et étaient habillés avec un soin méticuleux.

Þau voru með fullt skegg og vandlega klædd.

Ils étaient scrupuleux quant à la propreté des lieux.

Þau voru vandlát á að halda öllu snyrtilegu.

Leur obsession pour la propreté ne s'arrêtait pas à leur chambre.

Krafa þeirra um snyrtimennsku stöðvaðist ekki í herberginu þeirra.

L'appartement entier devait être maintenu d'une propreté impeccable.

Öll íbúðin þurfti að vera fullkomlega hrein.

Ils étaient encore plus pointilleux sur l'apparence de la cuisine.

Þau voru enn kröfuharðari með hvernig eldhúsið leit út.

Et ils ne supportaient aucun encombrement inutile.

Og þau þoldu ekki óþarfa drasl.

Ils avaient également apporté leurs propres meubles.

Þau höfðu einnig komið með sín eigin húsgögn.

C'est pourquoi beaucoup de choses étaient devenues superflues.

Af þessum sökum var margt orðið óþarft.

C'était des choses pour lesquelles personne n'aurait payé.

Þetta voru hlutir sem enginn vildi borga neitt fyrir.

Mais la famille ne voulait pas non plus se débarrasser de ces objets.

En fjölskyldan vildi heldur ekki henda þessum hlutum.

Tous ces objets ont fini quelque part dans la chambre de Gregor.

Allt þetta fór einhvers staðar inn í herbergi Gregors.

Le cendrier de la cuisine se trouvait désormais dans sa chambre.

Öskukassinn úr eldhúsinu var geymdur í herbergi hans núna.

Et les ordures étaient entreposées dans sa chambre jusqu'au jour de la collecte.

Og ruslið var geymt í herbergi hans fram að sorpdegi.

La bonne a jeté dans sa chambre tout ce dont elle n'avait pas besoin.

Þjónustustúlkan henti öllu sem hún þurfti ekki á að halda inn í herbergið sitt.

Heureusement, il n'a vu que la main et l'objet.

Sem betur fer sá hann ekki meira en höndina og hlutinn.

Elle comptait probablement revenir chercher les affaires plus tard.

Hún ætlaði líklega að koma aftur til að sækja hlutina síðar.

Ou peut-être voulait-elle tout jeter d'un coup.

Eða kannski vildi hún henda öllu í einu vetfangi.

Cependant, tout est resté là où il s'était initialement posé.

Allt varð þó eftir þar sem það hafði fyrst lent.

À moins que Gregor n'ait déplacé les débris en se faufilant à travers.

Nema Gregor hafi fært draslið með því að fikta í gegnum það.

Au début, il a été obligé de ramper à travers tous les détritus.

Í fyrstu var hann neyddur til að skríða í gegnum allt draslið.

Il lui était impossible d'éviter cela.

Það var enginn möguleiki fyrir hann að komast hjá því.

Mais plus tard, il a finalement trouvé du plaisir dans cette activité.

En síðar fann hann í raun ánægju af þessari iðju.

Bien que ces efforts l'aient laissé triste et profondément fatigué.

Þótt slík áreynsla gerði hann dapur og djúpt þreyttan.

Et ensuite, il est resté incapable de bouger pendant de nombreuses heures.

Og eftir það gat hann ekki hreyft sig í margar klukkustundir.

Les locataires prenaient parfois leurs repas dans le salon.

Leigusamkomendurnir borðuðu stundum í stofunni.

La porte du salon restait fermée ces soirs-là.

Stofuhurðin var lokuð þessi kvöld.

Mais Gregor n'avait aucune difficulté à ne pas ouvrir la porte à présent.

En Gregor átti engan erfiðleika með að opna ekki dyrnar núna.

Même lorsque la porte était ouverte, il ne regardait pas toujours dehors.

Jafnvel þegar hurðin var opin leit hann ekki alltaf út.

Mais il s'allongea dans le coin le plus sombre de la pièce.

En hann lagðist niður í dimmasta hornið í herberginu.

La famille n'a pas non plus remarqué son manque d'attention.

Fjölskyldan tók heldur ekki eftir athyglisbresti hans.

Mais une fois, la bonne a laissé la porte ouverte.

En einu sinni skildi vinnukonan eftir dyrnar opnar.

La porte est restée ouverte même au retour des locataires.

Dyrnar stóðu opnar jafnvel þegar leigjendurnir komu aftur.

Et la porte était ouverte quand la lumière a été allumée.

Og hurðin var opin þegar ljósið var kveikt.

L'homme était assis à la table où la famille dînait.

Maðurinn sat við borðið þar sem fjölskyldan borðaði kvöldmat.

Autrefois, père, mère et Gregor étaient assis là.

Faðir, móðir og Gregor sátu þar áður fyrr.

Ils déplièrent les serviettes et prirent des couteaux et des fourchettes.

Þau breiddu út servíetturnar og tóku hnífa og gaffla.

La mère apparut sur le seuil avec un bol de viande.

Móðirin birtist í dyrunum með skál af kjöti.

Puis sa sœur est entrée avec un bol plein de pommes de terre.

Þá kom systirin inn með skál fulla af kartöflum.

Les locataires se penchèrent sur les bols placés devant eux.

Leigufólkið beygði sig yfir skálarnar sem settar voru fyrir framan þá.

L'épaisse fumée des aliments leur montait jusqu'au nez.

Þykkur reykur af matnum gufaði upp að nefum þeirra.

Mais ils n'avaient pas encore décidé s'ils allaient manger.

En þau höfðu ekki ákveðið hvort þau myndu borða matinn ennþá.

Peut-être renverraient-ils le plat en cuisine.

Kannski myndu þeir senda matinn aftur í eldhúsið.

L'homme assis au milieu semblait être l'autorité.

Maðurinn sem sat í miðjunni virtist vera yfirvaldið.

Il a coupé la viande pour déterminer si elle était suffisamment tendre.

Hann skar kjötið til að kanna hvort það væri nógu meyrt.

Il était satisfait de l'odeur et de l'apparence des aliments.

Hann var ánægður með hvernig maturinn lyktaði og leit út.

La mère et la sœur les observaient avec anxiété.

Móðirin og systirin höfðu horft á þau af áhyggjum.

Et ils commencèrent à sourire, poussant un soupir de soulagement accumulé.

Og þau fóru að brosa með andvarpi af uppsafnaðri létti.

La famille allait elle-même manger dans la cuisine.

Fjölskyldan sjálf ætlaði að borða í eldhúsinu.

Mais avant cela, le père alla voir comment allaient les locataires.

En fyrst fór faðirinn að athuga hvernig leigjendunum liði.

Il s'inclina une fois, tenant sa casquette de travail à la main.

Hann beygði sig einu sinni og hélt á vinnuhúfunni sinni í hendinni.

Et il fit le tour de la table, saluant chaque invité.

Og hann gekk hring í kringum borðið, til hvers gests

Les locataires se levèrent tous en marmonnant dans leur barbe.

Leigusegirnir stóðu allir upp og muldraðu í skeggið.

Après son départ, ils mangèrent dans un silence presque complet.

Eftir að hann fór borðuðu þau nánast í algjörri þögn.

Gregor trouvait étrange d'entendre des bruits de mastication.

Það fannst Gregor undarlegt að hann skyldi heyra tygg.

Aucun autre aspect du repas ne semblait produire le moindre son.

Enginn annar þáttur í mataræðinu virtist gefa frá sér hljóð.
Mais il pouvait distinctement entendre des dents grincer.
En hann heyrði greinilega gnísta tennurnar saman.
Ils semblaient lui dire qu'il avait besoin de dents pour manger.
Þau virtust vera að segja honum að hann þyrfti tennur til að borða.
« On ne peut rien faire si on n'a plus de dents dans la mâchoire. »
„Þú getur ekkert gert ef kjálkarnir þínir eru tannlausir.“
« J'aimerais manger quelque chose », dit Gregor avec anxiété.
„Mig langar að fá mér að borða,“ sagði Gregor áhyggjufullur.
« Mais je n'ai aucun appétit pour ce que vous mangez tous. »
„En ég hef enga matarlyst fyrir það sem þið öll eruð að borða.“
« Regardez ces locataires manger, et moi je meurs de faim. »
"Sjáðu þessa leigjendur borða, og hér er ég að drepast úr hungri."
Ce soir-là, Gregor pensait justement au violon.
Gregor datt í hug fiðlan þetta kvöld.
Il n'avait plus entendu le violon depuis la transformation.
Hann hafði ekki heyrt á fiðlu síðan umbreytingin átti sér stað.
Mais ce soir-là, un bruit est venu de la cuisine.
En svo, í kvöld, heyrðist hljóð úr eldhúsinu.
Les messieurs avaient déjà terminé leur repas du soir.
Herrarnir voru þegar búnir að klára kvöldmatinn.
L'homme du milieu avait commencé à lire un journal.
Miðherrann var farinn að lesa dagblað.
Il avait donné une feuille à chacun des deux autres messieurs.
Hann hafði gefið hinum tveimur herrunum sitt eigið blað.
Et maintenant, ils étaient affalés en arrière, en train de lire et de fumer.
Og nú voru þau að halla sér aftur, lesa og reykja.
Lorsque le violon commença à jouer, ils devinrent attentifs.
Þegar fiðlan byrjaði að spila urðu þau athyglissöm.

Ils se levèrent et marchèrent sur la pointe des pieds jusqu'à la porte de l'antichambre.

Þau stóðu upp og gengu á tánum að dyrum forstofunnar.

Ils se tenaient là, blottis les uns contre les autres, écoutant à la porte.

Hér stóðu þau krjúpuð saman og hlustuðu við dyrnar.

La famille a dû entendre les hommes qui étaient dans la cuisine.

Fjölskyldan hlýtur að hafa heyrt í mönnunum inni í eldhúsinu.

Car le père les appela et leur demanda :

Því að faðirinn kallaði á þá og spurði þá;

« Le violon ne serait-il pas inconfortable pour ces messieurs ? »

"Er fiðlan kannski óþægileg fyrir herrana?"

« Si la musique ne vous plaît pas, on peut s'arrêter immédiatement. »

"Ef þér líkar ekki tónlistin getum við hætt strax."

« Au contraire », dit celui du milieu des messieurs.

„Þvert á móti,“ sagði miðherrann.

« La jeune fille aimerait-elle jouer du violon dans notre chambre ? »

"Vilji unga konan spila á fiðlu í herberginu okkar?"

« C'est nettement plus confortable et chaleureux ici. »

"Það er örugglega miklu þægilegra og notalegra hérna."

Le père répondit comme s'il était lui-même le violoniste.

Faðirinn svaraði eins og hann væri sjálfur fiðluleikarinn.

« Oh, je vous en prie, ce serait merveilleux », s'écria le père.

„Ó, gerið svo vel, það væri dásamlegt,“ hrópaði faðirinn.

Les messieurs retournèrent au salon et attendirent.

Herrarnir fóru aftur inn í stofuna og biðu.

Peu après, le père entra dans la pièce avec le pupitre.

Fljótlega kom faðirinn inn í herbergið með nótnastandinn.

La mère entra dans la pièce avec le livre de musique.

Móðirin kom inn í herbergið með nótnabókina.

Et la sœur entra dans la pièce avec le violon.

Og systirin kom inn í herbergið með fiðluna.

Elle a calmement tout préparé pour jouer du violon.

Hún undirbjó allt rólega til að spila á fiðlu.
Les parents exagéraient leur politesse et leurs bonnes manières.
Foreldrarnir ýktu kurteisi sína og mannasiði.
Ils n'avaient jamais loué de chambres à des locataires auparavant.
Þau höfðu aldrei leigt út herbergi til leigjenda áður.
Et ils n'osaient même pas s'asseoir sur leurs propres chaises.
Og þau þorðu ekki einu sinni að sitja á sínum eigin stólum.
Au lieu de s'asseoir, le père s'appuya contre la porte.
Í stað þess að sitja hallaði faðirinn sér upp að dyrunum.
Sa main droite était coincée entre deux boutons de son manteau.
Hægri hönd hans var á milli tveggja hnappa á frakkanum hans.
Un monsieur a toutefois offert une chaise à la mère.
Móðurinni var hins vegar boðið stól af herramanni.
Mais elle s'assit là où le monsieur avait placé la chaise.
En hún settist þar sem herramaðurinn hafði sett stólinn.
Et il n'avait pas placé la chaise à un endroit précis.
Og hann hafði ekki komið stólnum fyrir neins staðar sérstaklega.
La mère s'assit donc à l'écart de tout le monde, dans un coin.
Svo sat móðirin fyrir utan alla, í horni.
Et finalement, la sœur s'est mise à jouer du violon.
Og loksins fór systirin að spila á fiðlu.
Les parents, placés de part et d'autre, suivaient attentivement.
Foreldrarnir, sitt hvoru megin, fylgdust grannt með.
Et ils observaient attentivement chacun des mouvements de sa main.
Og þau fylgdust vandlega með hverri hreyfingu handar hennar.
Gregor était également attiré par le jeu du violon.
Gregor hafði einnig áhuga á fiðluleik.
Et il s'aventura un peu plus loin hors de sa chambre.
Og hann þorði að fara aðeins lengra út úr herbergi sínu.

Il avait déjà la tête dans le salon.

Hann var þegar kominn með höfuðið inni í stofunni.

Il était très fier d'être très attentionné.

Hann var vanur að vera mjög tillitssamur.

Mais récemment, il ne remettait guère en question son manque d'attention.

En nýlega efaðist hann varla um umhyggjuleysi sitt.

Même s'il avait maintenant plus de raisons de se cacher qu'auparavant.

Jafnvel þótt hann hefði meiri ástæðu til að fela sig nú en áður.

Parce que sa chambre était recouverte de poussière et de saletés diverses.

Vegna þess að herbergið hans var þakið ryki og alls konar óhreinindum.

Le moindre mouvement soulevait toutes sortes d'immondices.

Minnsta hreyfing hvirflaði upp alls kyns óhreinindum.

Toute cette saleté lui collait à la peau : poussière, cheveux, restes de nourriture.

Allt þetta óhreinindi festist við hann; ryk, hár, matarleifar.

Il aurait pu frotter la saleté contre le tapis.

Hann gæti hafa nuddað óhreinindunum af teppinu.

C'était quelque chose qu'il faisait plusieurs fois par jour.

Þetta var eitthvað sem hann gerði nokkrum sinnum á dag.

Mais son indifférence à tout était bien trop grande.

En sinnuleysi hans gagnvart öllu var alltof mikið.

Il n'avait donc pas peur d'aller un peu plus loin.

Hann var því ekki hræddur við að halda áfram aðeins lengra.

Et il s'est installé sur le sol impeccable du salon.

Og hann færði sig yfir á óaðfinnanlega gólfið í stofunni.

Cependant, personne ne l'a remarqué, ni ne lui a prêté attention.

Enginn tók þó eftir honum né veitti honum neinn gaum.

La famille était complètement absorbée par le concert.

Fjölskyldan var algjörlega upptekin af tónleikunum.

Les messieurs, quant à eux, ont d'abord battu en retraite.

Herrarnir hörfuðu hins vegar í fyrstu.

Et ils se tenaient tout près, derrière le pupitre de la sœur.
Og þær stóðu þétt fyrir aftan nótnastand systurinnar.
S'ils avaient regardé, ils auraient pu voir les notes de musique.
Ef þeir hefðu litið við hefðu þeir getað séð nóturnar.
Cela aurait évidemment perturbé la sœur.
Þetta hefði auðvitað truflað systurina.
Alors, au lieu de s'asseoir, ils restèrent debout près de la fenêtre.
Þá stóðu þau við gluggann, í stað þess að setjast niður.
Les mains dans les poches, ils continuaient à parler.
Með hendurnar í vösunum héldu þeir áfram að tala.
Ils restèrent là tandis que le père les observait avec anxiété.
Þau dvöldu þar á meðan faðirinn horfði áhyggjufullur á þau.
On avait l'impression qu'ils avaient d'autres attentes.
Maður hafði þá tilfinningu að þeir hefðu haft aðrar væntingar.
Et il semblait vraiment qu'ils avaient été déçus.
Og það virtist virkilega eins og þau hefðu orðið fyrir vonbrigðum.
Il semblait qu'ils en avaient assez du spectacle.
Það virtist eins og þeir hefðu fengið nóg af frammistöðunni.
Ils avaient laissé le violon troubler leur tranquillité.
Þau höfðu leyft fiðlunni að raska ró sinni.
Et ils ne toléraient la musique que par politesse.
Og þeir umbunuðu tónlistina aðeins af kurteisi.
La façon dont ils ont dissipé la fumée était particulièrement troublante.
Það var sérstaklega óhugnanlegt hvernig þeir blésu reyknum burt.
Et pourtant, elle jouait du violon avec une telle beauté.
Og samt lék hún svo fallega á fiðlu.
Son visage était légèrement incliné sur le côté, sur le violon.
Andlit hennar hallaði sér varlega til hliðar, á fiðlunni.
Son regard parcourait tristement les lignes de la musique.
Augu hennar leituðu dapurlega eftir tónlistarlínunum.
Gregor se sentait un peu plus attiré par le salon.
Gregor fannst hann vera dreginn aðeins meira inn í stofuna.

Il gardait la tête près du sol, mais regardait vers le haut.

Hann hélt höfðinu nálægt jörðinni en horfði upp á við.

Peut-être que de cette façon, le regard de sa sœur croiserait le sien.

Kannski gæti augnaráð systur hans mætt honum á þennan hátt.

Peut-on vraiment dire qu'il n'était qu'un animal ?

Er virkilega hægt að segja að hann hafi bara verið dýr?

Était-il un animal si la musique pouvait le captiver à ce point ?

Var hann dýr ef tónlist gæti heillað hann svona mikið?

Il avait l'impression qu'on lui montrait un chemin vers une nourriture inconnue.

Honum fannst eins og honum væri vísað leið að óþekktri næringu.

C'était peut-être là le réconfort qui lui manquait.

Kannski var þetta næringin sem hann vantaði.

Il était déterminé à rejoindre sa sœur.

Hann var staðráðinn í að fara leiðar sinnar til systur sinnar.

Il avait envie de tirer sur sa jupe pour attirer son attention.

Hann langaði til að toga í pils hennar til að vekja athygli hennar.

Il voulait lui faire comprendre qu'il l'invitait.

Hann vildi gefa henni vísbendingu um boð.

« Viens jouer du violon dans ma chambre », aurait-il voulu dire.

„Komdu og spilaðu á fiðluna í herberginu mínu," vildi hann segja.

Il souhaitait qu'elle soit récompensée pour sa magnifique musique.

Hann vildi að hún fengi umbun fyrir fallega tónlist sína.

« Personne ici ne te récompense pour jouer du violon. »

„Enginn hérna er að umbuna þér fyrir að spila á fiðlu."

Il ne voulait plus la laisser sortir de sa chambre.

Hann vildi ekki hleypa henni út úr herberginu sínu lengur.

Il voulait qu'elle reste avec lui aussi longtemps qu'il vivrait.

Hann vildi að hún yrði hjá honum eins lengi og hann lifði.

Pour la première fois, sa transformation eut un avantage.
Í fyrsta skipti hafði umbreyting hans ávinning.
Sa difformité allait enfin lui être utile.
Afmyndun hans ætlaði loksins að koma honum að gagni.
Il voulait être présent simultanément aux quatre portes.
Hann vildi vera við allar fjórar dyrnar samtímis.
Il avait envie de les siffler et de leur cracher dessus de tous les côtés.
Hann langaði til að hvæsa og spýta á þá úr öllum áttum.
Sa sœur ne devrait pas être forcée de rester avec lui.
Systir hans ætti ekki að vera neydd til að vera hjá honum.
Il voulait qu'elle choisisse volontairement de rester avec lui.
Hann vildi að hún myndi velja að vera hjá honum sjálfviljug.
Elle allait s'asseoir à côté de lui et se pencher vers lui.
Hún ætlaði að setjast við hliðina á honum og beygja sig niður að honum.
Et il allait lui parler de l'école de musique.
Og hann ætlaði að segja henni frá tónlistarskólanum.
Il avait la ferme intention de l'envoyer à l'académie.
Hann hafði staðfastlega áform um að senda hana í akademíuna.
Il en aurait parlé à tout le monde à Noël dernier.
Hann hefði sagt öllum frá þessu síðustu jól.
Noël était-il déjà passé ?
Voru jólin virkilega komin og liðin aftur nú þegar?
Et il n'aurait laissé personne le dissuader.
Og hann hefði ekki látið neinn aftra sér frá því.
Mais un accident malheureux a tout arrêté.
En svo stöðvaði óheppilegt slys allt.
La sœur aurait été submergée par l'émotion.
Systirin hefði verið yfirbuguð af tilfinningum.
Et Gregor aurait alors grimpé jusqu'à son épaule.
Og þá hefði Gregor klifrað upp á öxl hennar.
Et il l'aurait réconfortée en l'embrassant dans le cou.
Og hann hefði huggað hana með því að kyssa hana á hálsinn.
« Monsieur Samsa ! » appela l'homme au milieu au père.
„Herra Samsa!" kallaði maðurinn í miðjunni til föðurins.

Il pointait Gregor du doigt.
Hann benti með vísifingrinum niður á Gregor.
Gregor traversait lentement le salon.
Gregor gekk hægt yfir stofugólfið.
Le jeu du violon s'est très vite tu.
Fiðluleikurinn þagnaði mjög fljótt.
Celui du milieu sourit à ses amis.
Miðmaðurinn af þremur brosti til vina sinna.
Puis il secoua la tête et regarda Gregor.
Svo hristi hann höfuðið og leit aftur á Gregor.
Le père aurait pu forcer Gregor à retourner dans sa chambre.
Faðirinn hefði getað neytt Gregor aftur inn í herbergið sitt.
**Mais ce n'était pas la première action qu'il décida
d'entreprendre.**
En það var ekki fyrsta aðgerðin sem hann ákvað.
Il estimait qu'il était plus important de calmer ces messieurs.
Hann taldi mikilvægara að róa herrana.
Bien qu'ils ne fussent pas vraiment contrariés par Gregor.
Þótt þau væru í raun alls ekki uppröðuð yfir Gregor.
Gregor semblait plus divertissant que le jeu de violon.
Gregor virtist skemmtilegri en fiðluleikurinn.
Il s'est précipité vers eux, les bras tendus.
Hann hljóp til þeirra með útréttar hendur.
Il faisait de son mieux pour leur cacher la vue de Gregor.
Hann reyndi sitt besta til að hylma yfir sjónarmiðum þeirra á
Gregor.
Et il a essayé de les faire retourner dans leur chambre.
Og hann reyndi að hvetja þau aftur inn í herbergið sitt.
Au contraire, cela les a un peu agacés.
Ef eitthvað var þá gerði þetta þau svolítið pirruð.
Mais il était difficile de dire exactement ce qui les agaçait.
En það var erfitt að segja til um hvað nákvæmlega pirraði þau.
Le père gâchait le divertissement de la soirée.
Pabbinn var að spilla skemmtun kvöldsins.
**Mais ils venaient aussi d'apprendre l'existence de leur
nouveau colocataire.**
En þau höfðu líka nýlega frétt af nýja íbúðarfélaga sínum.

Ils levèrent les mains comme l'avait fait leur père.
Þau réttu upp hendur sínar, rétt eins og faðirinn hafði gert.
Ils ont exigé une explication immédiate du père.
Þau kröfðust tafarlausrar skýringar frá föðurnum.
Ils tiraient nerveusement sur leur barbe, cherchant une réponse.
Þau toguðu órólega í skeggið á sér til að fá svar.
Et ils reculèrent jusqu'à leur chambre, mais très lentement.
Og þau gengu aftur á bak inn í herbergið sitt, en mjög hægt.
L'interruption avait plongé la sœur dans une sorte de transe.
Truflunin hafði komið systurinni í leiðslu.
Elle laissa pendre le violon et l'archet le long de son corps.
Hún lét fiðluna og bogann hanga niður við hliðina á sér.
Et elle regarda la partition comme si elle jouait encore.
Og hún horfði á nóturnar eins og hún væri enn að spila.
Mais soudain, elle est revenue dans la pièce.
En þá dró hún sig skyndilega aftur inn í herbergið.
Et elle avait désormais surmonté le sentiment d'être perdue.
Og nú hafði hún sigrast á tilfinningunni að vera týnd.
Elle a posé l'instrument de musique sur les genoux de sa mère.
Hún lagði hljóðfærið í kjöltu móður sinnar.
La mère était assise sur la chaise, respirant bruyamment.
Móðirin sat í stólnum og andaði þungt.
Et puis la sœur a dû courir dans la pièce voisine.
Og þá þurfti systirin að hlaupa inn í næsta herbergi.
Elle devait tout préparer pour les messieurs.
Hún þurfti að gera allt klárt fyrir herrana.
Elle a jeté les couvertures et les coussins en l'air.
Hún kastaði teppunum og púðunum upp í loftið.
Et de ses mains expertes, elle a disposé toute la literie.
Og með listfengum höndum sínum raðaði hún öllum rúmfötunum.
Elle avait terminé avant que les messieurs n'atteignent la pièce.
Hún var búin áður en herrarnir komust inn í herbergið.
Et elle s'est éclipsée avant de les gêner.

Og hún laumaðist út áður en hún varð fyrir þeim.

Le père semblait prisonnier de son propre entêtement.

Faðirinn virtist vera gripinn af eigin þrjóskleika.

Et il oublia ainsi tout le respect qu'il devait à ses locataires.

Og þannig gleymdi hann allri virðingu sem hann bar leigjendum sínum.

Il a insisté sans relâche jusqu'à ce que leur porte-parole s'y oppose.

Hann ýtti og ýtti þar til talsmaður þeirra mótmælti.

Il a tapé du pied avec colère en arrivant à la porte.

Hann stappaði reiður fæti sínum þegar hann kom að dyrunum.

Et c'est ainsi qu'il immobilisa le père.

Og þar með stöðvaði hann föðurinn.

« Par la présente, je déclare », commença-t-il en s'adressant à son propriétaire.

„Ég lýsi því hér með yfir,“ byrjaði hann að ávarpa leigusala sinn.

Et il leva la main, regardant toute la famille.

Og hann rétti upp höndina og horfði á alla fjölskylduna.

« En ce qui concerne l'état répugnant de la chambre ; »

„Varðandi ógeðfelldar aðstæður í herberginu;“

Et il s'assurait que tous écoutaient ses paroles.

Og hann gætti þess að allir hlustuðu á orð hans.

« Par la présente, je vous informe que je vais libérer ma chambre. »

„Ég tilkynni hér með að ég mun yfirgefa herbergið mitt.“

Et il a appuyé son propos en crachant par terre.

Og hann færði enn frekar rök fyrir máli sínu með því að hrækja á jörðina.

« Je ne paierai pas non plus pour les jours que j'ai passés ici. »

"Ég mun heldur ekki borga fyrir þá daga sem ég hef búið hér."

Il n'était cependant pas entièrement satisfait de ce remboursement.

Hann var þó ekki alveg ánægður með þessa endurgreiðslu.

« Et j'envisagerai de formuler d'autres demandes à votre encontre. »

„Og ég mun íhuga að gera aðrar kröfur gegn þér.“

« Croyez-moi, de telles demandes seront très faciles à justifier. »

„Trúið mér, slíkar kröfur verða mjög auðvelt að réttlæta.“

Il resta silencieux et regarda droit devant lui, vers son père.

Hann þagði og horfði beint fram á föðurinn.

Il semblait s'attendre à ce qu'il se passe quelque chose de plus.

Hann virtist búast við að eitthvað meira myndi gerast.

En fait, ses deux amis ont immédiatement eu la même idée.

Reyndar fengu vinir hans tveir strax sömu hugmynd.

« Nous annulons également nos réservations de chambres », ont-ils déclaré à l'unisson.

„Við erum líka að afbóka herbergin okkar,“ sögðu þau samtímis.

Il a alors saisi la poignée de la porte et l'a fermée.

Svo greip hann í hurðarhúninn og lokaði hurðinni.

Et dans un grand fracas, ils s'enfermèrent dans leur chambre.

Og með miklum hvelli lokuðu þau sig inni í herbergi sínu.

Le père s'est dirigé en titubant vers sa chaise, les mains tâtonnantes.

Faðirinn staulaðist að stólnum sínum með þreifandi höndum.

Et il se laissa tomber sur la chaise, vaincu.

Og hann lét sig detta í stólinn, sigraður.

On aurait dit qu'il allait faire sa sieste habituelle du soir.

Það leit út eins og hann væri að fara að taka sinn venjulega kvöldlúr.

Mais sa tête hocha presque comme si elle n'était pas soutenue.

En höfuð hans kinkaði kolli, næstum eins og það væri ekki stutt.

Et on pouvait voir qu'il ne dormait pas du tout.

Og það mátti sjá að hann var alls ekki sofandi.

Durant tout ce temps, Gregor n'avait pas bougé de sa place.

Allan þennan tíma hafði Gregor ekki hreyft sig úr stað.

Il était toujours là où les messieurs l'avaient aperçu pour la première fois.

Hann var enn þar sem herrarnir höfðu fyrst séð hann.

Même s'il avait voulu déménager, il trouvait cela impossible.

Jafnvel þótt hann vildi flytja, fannst honum það ómögulegt.

À cause de sa déception, ou à cause de sa faim.

Vegna vonbrigða hans, eða vegna hungurs.

Il était déçu par l'échec de son plan.

Hann var vonsvikinn yfir því að áætlun hans hefði mistekist.

Et il était affaibli par la faim persistante qu'il ressentait.

Og hann var veikburða eftir langvarandi hungrið sem hann fann fyrir.

Il était certain que tout le monde se retournerait contre lui à tout moment.

Hann var viss um að allir myndu snúast gegn honum hvenær sem er.

C'est avec cette certitude d'un effondrement imminent qu'il attendit.

Með þessari væntingu um yfirvofandi hrun beið hann.

Le violon commença à glisser des genoux de sa mère.

Fiðlan byrjaði að renna af kjöltu móðurinnar.

Dans un fracas retentissant, le violon tomba au sol.

Með dynjandi hljóði féll fiðlan til jarðar.

Mais même ce bruit soudain et fracassant ne l'a pas surpris.

En ekki einu sinni þetta skyndilega hrunhljóð hrökk við honum.

« Chers parents, dit la sœur, cela ne peut pas continuer. »

„Kæru foreldrar," sagði systirin, „þetta getur ekki haldið áfram."

Et elle a frappé du poing sur la table pour appuyer ses propos.

Og hún sló hendinni í borðið til að koma sjónarmiði sínu á framfæri.

« Je ne prononcerai pas le nom de mon frère devant ce monstre. »

„Ég mun ekki segja nafn bróður míns frammi fyrir þessu skrími."

« C'est pourquoi je le dis aussi crûment que possible : »

„Þess vegna segi ég þetta eins hreinskilnislega og mögulegt er:“

«Nous n'avons pas d'autre choix que de nous débarrasser de cet animal.»

„Við höfum ekkert annað val en að losna við þetta dýr.“

« Nous avons fait de notre mieux pour tolérer et prendre soin de cet animal. »

„Við gerðum okkar besta til að umburðarlynda og annast þetta dýr.“

« Je ne pense pas que quiconque puisse nous blâmer, même légèrement. »

„Ég held að enginn geti kennt okkur um það í hvívetna.“

« Elle a mille fois raison », a acquiescé le père.

„Hún hefur þúsund sinnum rétt fyrir sér,“ samþykkti faðirinn.

La mère n'avait pas encore complètement repris son souffle.

Móðirin hafði enn ekki alveg náð andanum.

Elle se mit à tousser sourdement dans sa main, la respiration lourde.

Hún byrjaði að hósta dauflega í höndina og andaði þungt.

Et une expression de folie commença à apparaître dans ses yeux.

Og brjálaður svipur fór að birtast í augum hennar.

La sœur s'est précipitée vers sa mère et lui a pris le front.

Systirin hljóp til móður sinnar og hélt um ennið á henni.

Les paroles de la sœur semblaient inspirer le père.

Faðirinn virtist vera innblásinn af orðum systurinnar.

Et ses pensées semblaient plus claires qu'auparavant.

Og hugsanir hans virtust skýrari en áður.

Il cessa d'acquiescer et se redressa.

Hann hætti að kinka kolli og settist upp aftur.

Et il jouait avec la casquette de son serviteur, plongé dans ses pensées.

Og hann lék sér að húfu þjóns síns, djúpt í hugsunum.

Les assiettes des locataires étaient encore sur la table.

Diskarnar frá leigjendunum voru enn á borðinu.

Et il regardait parfois vers Gregor, qui restait silencieux.

Og stundum leit hann í átt að þögla Gregor.

« Nous devons essayer de nous en débarrasser », lui dit sa sœur.

„Við verðum að reyna að losna við það,“ sagði systirin við hann.

La mère était trop occupée à tousser pour écouter.

Móðirin var of upptekin af hósta til að hlusta.

« Ça va vous tuer tous les deux, je le vois déjà venir. »

„Þetta mun drepa ykkur bæði, ég sé það nú þegar fyrir mér.“

«Nous ne pouvons pas tous continuer à travailler aussi dur que nous le faisons.»

„Við getum ekki öll haldið áfram að vinna eins mikið og við gerum.“

« Et chaque jour, nous devons rentrer chez nous et subir ce supplice. »

„Og á hverjum degi verðum við að koma heim til þessarar pyntingar.“

« Nous n'en pouvons plus. Je n'en peux plus. »

"Við getum ekki þolað þetta lengur. Ég get ekki þolað þetta."

Elle s'est effondrée dans les bras de sa mère, en larmes une dernière fois.

Hún féll fyrir móður sinni í síðasta grátbrosi.

Les larmes coulèrent sur son visage et sur celui de sa mère.

Tárin runnu niður kinnar hennar og ofan á kinnar móður hennar.

Et elle essuya ses larmes d'un geste machinal.

Og hún þerraði tárin burt með vélrænni hreyfingu.

« Mon enfant », dit le père d'une voix compatissante.

„Barnið mitt,“ sagði faðirinn með samúðarfullri röddu.

Il y avait une profonde sympathie et une grande compréhension dans sa voix.

Í rödd hans mátti greina djúp samúð og skilning.

« Mais que devons-nous faire ? » avoua-t-il ne pas savoir.

„En hvað eigum við að gera?“ játaði hann að vita það ekki.

La sœur haussa simplement les épaules, impuissante.

Systirin yppti bara öxlum í hjálparleysi.

Et sa confiance d'antan fit de nouveau place aux larmes.

Og fyrra sjálfstraust hennar var aftur skipt út fyrir tár.

« Si seulement il nous comprenait », dit le père à voix haute.

„Ef hann bara skildi okkur," sagði faðirinn upphátt.

Et il se demandait à moitié si Gregor avait compris.

Og hann spurði hálfpartinn hvort Gregor skildi þetta kannski.

La sœur lui a secoué la main violemment en pleurant.

Systirin tók bara í höndina á henni harkalega á meðan hún grét.

Elle a donc indiqué qu'il ne fallait pas envisager cette idée.

Og því gaf hún til kynna að ekki ætti að hugsa um þessa hugmynd.

« Mais si seulement il nous comprenait », répéta le père.

„En ef hann bara skildi okkur," endurtók faðirinn.

Les yeux fermés, il réfléchit à la réponse de sa sœur.

Með því að loka augunum hugleiddi hann svar systurinnar.

« S'il comprenait qu'un accord pouvait être conclu avec lui. »

„Ef hann skildi það væri hægt að gera samkomulag við hann."

« Mais vu la situation actuelle… »

„En eins og hlutirnir eru nú þegar …"

«Il faut l'enlever,» s'écria la sœur, «c'est la seule solution.»

„Það verður að fara," hrópaði systirin, „þetta er eina leiðin."

«Il faut vous débarrasser de l'idée que c'est Gregor.»

„Þú verður að losna við þá hugsun að þetta sé Gregor."

« Notre véritable malheur, c'est d'y avoir cru si longtemps. »

„Að við höfum trúað þessu svona lengi er okkar raunverulega óheppni."

« Mais comment est-ce possible que ce soit Gregor ? » demanda-t-elle à son père.

„En hvernig getur það verið Gregor?" spurði hún föður sinn.

« Il savait qu'un tel animal ne pouvait pas coexister avec les humains. »

„Hann vissi að slíkt dýr getur ekki lifað saman við menn."

« Gregor nous aurait quittés depuis longtemps, volontairement. »

"Gregor hefði yfirgefið okkur fyrir löngu síðan, sjálfviljugur."

« C'est vrai, nous n'aurions alors plus de frère. »

„Það er satt, þá hefðum við engan bróður."

« Mais nous pourrions continuer à vivre et à honorer sa
mémoire. »

„En við gætum haldið áfram að lifa og heiðra minningu hans.“

« Mais cette bête nous poursuit et chasse nos locataires. »

„En þetta dýr eltir okkur og rekur burt leigjendur okkar.“

« De toute évidence, il veut s'emparer de tout l'appartement.
»

„Það vill greinilega taka yfir alla íbúðina.“

« Cette bête veut nous faire dormir dans la rue. »

„Þessi skepna vill láta okkur sofa á götunni.“

« Regarde, papa, » s'écria-t-elle soudain, « il bouge à
nouveau ! »

„Sjáðu, pabbi,“ hrópaði hún skyndilega, „hann er að hreyfa sig
aftur!“

Et elle fit quelque chose que même Gregor ne put
comprendre.

Og hún gerði eitthvað sem jafnvel Gregor gat ekki skilið.

Elle se repoussa, comme pour sacrifier sa mère.

Hún ýtti sér frá sér, eins og hún væri að fórna móðurinni.

Et elle a couru derrière son père pour trouver une sorte de
sécurité.

Og hún hljóp á eftir föður sínum til öryggis.

Le père n'était agité que parce que sa fille l'était.

Faðirinn var bara æstur vegna þess að dóttir hans var það.

Mais lui aussi se leva et leva les bras au-dessus d'elle.

En þá stóð hann líka upp og lyfti örmum sínum yfir hana.

Mais Gregor n'avait aucune intention d'effrayer qui que ce
soit.

En Gregor hafði ekki ætlað sér að hræða neinn.

Il n'avait surtout aucune intention d'effrayer sa sœur.

Hann hugsaði sérstaklega ekki um að hræða systur sína.

Il essayait simplement de faire demi-tour pour retourner
dans sa chambre.

Hann var bara að reyna að snúa sér aftur inn í herbergið sitt.

Mais, compte tenu de l'aggravation de son état, même cela
devenait difficile.

En í versnandi ástandi hans var jafnvel þetta erfitt.

Et il ne pouvait plus se servir pleinement de ses jambes.

Og hann hafði ekki lengur aðgang að öllum fótunum til fulls.

Il utilisa donc sa tête pour soulever son corps et se retourner.

Svo notaði hann höfuðið til að lyfta líkama sínum og snúa sér.

Il marqua une pause et chercha l'approbation de sa famille du regard.

Hann þagnaði og leit í kringum sig til að fá samþykki fjölskyldunnar.

Il semble que sa bonne intention ait été reconnue.

Góðvild hans virtist hafa verið viðurkennd.

Son mouvement ne leur avait procuré qu'un choc momentané.

Hreyfingar hans höfðu aðeins verið augnabliksáfall fyrir þau.

À présent, ils le regardaient tous en silence, visiblement malheureux.

Nú horfðu þau öll á hann í óhamingjusömri þögn.

La mère était toujours allongée dans le fauteuil, épuisée.

Móðirin lá enn í hægindastólnum, úrvinda.

Le père et la sœur étaient assis l'un à côté de l'autre.

Faðirinn og systirin sátu hvort við hliðina á öðru.

« Peut-être qu'ils me laisseront faire demi-tour maintenant », pensa Gregor.

„Kannski leyfa þeir mér að snúa við núna," hugsaði Gregor.

Et il continua à effectuer son mouvement de rotation maladroit.

Og hann hélt áfram að gera sína vandræðalegu beygjuhreyfingu.

Il ne pouvait réprimer les halètements occasionnels dus à l'effort.

Hann gat ekki bælt niður einstaka áreynsluandstuð.

Et il a été contraint de se reposer à plusieurs reprises entre-temps.

Og hann neyddist til að hvíla sig nokkrum sinnum á milli.

Plus personne ne le pressait ; c'était à lui de décider.

Enginn var að láta hann flýta sér núna; það var undir honum komið.

Finalement, il acheva ce virage lent et douloureux.

Að lokum lauk hann hinni hægfara og sársaukafullu beygju.

Il se dirigea aussitôt vers sa chambre.

Hann byrjaði strax að ganga beint aftur inn í herbergið sitt.

Il était stupéfait de la distance qui le séparait de sa chambre.

Hann varð undrandi yfir því hve langt frá herberginu sínu hann var.

Comment, malgré sa faiblesse, avait-il réussi à y parvenir auparavant ?

Hvernig, þrátt fyrir veikleika sinn, hafði hann komist þangað áður?

Il avait emprunté presque le même chemin sans s'en apercevoir.

Hann hafði farið næstum sömu leið án þess að taka eftir því.

Il se concentrait simplement sur le fait de ramper aussi vite qu'il le pouvait.

Hann einbeitti sér bara að því að skríða eins hratt og hann gat núna.

L'absence de commentaires ne le dérangeait pas.

Skortur á athugasemdum frá nokkrum truflaði hann ekki.

Ce n'est que lorsqu'il fut déjà à l'intérieur qu'il tourna la tête.

Það var ekki fyrr en hann var kominn inn fyrir dyrnar að hann sneri höfðinu.

Mais il n'a pas pu se retourner complètement.

En hann gat ekki snúið sér við til að líta alveg um öxl.

Car il sentit sa nuque se raidir encore davantage en se tournant.

Því hann fann að hálsinn á sér stirðnaði enn meira þegar hann sneri sér við.

Mais il constata que rien n'avait changé derrière lui.

En hann sá að ekkert hafði breyst að baki honum samt sem áður.

La seule différence, c'est que sa sœur s'était levée.

Eini munurinn var sá að systir hans hafði staðið upp.

Son dernier regard lui montra que sa mère s'était endormie.

Síðasta augnaráð hans sýndi að móðir hans hafði sofnað.

Dès qu'il fut entré dans sa chambre, la porte fut fermée.

Um leið og hann var kominn inn í herbergi sitt var hurðinni lokað.

Et dès que la porte fut fermée, le verrouilla.

Og um leið og hurðin var lokuð var kyrrðin læst.

Gregor fut effrayé par le bruit inattendu derrière lui.

Gregor varð hræddur við óvænta hávaðann að baki.

Et ses jambes fléchirent sous lui, surprises par la soudaineté.

Og fætur hans kipptust undir honum af skyndilegri undrun.

C'est sa sœur qui s'était précipitée vers la porte derrière lui.

Það var systirin sem hafði hlaupið að dyrunum á eftir honum.

Elle s'était déjà dressée, et l'attendait.

Hún hafði þegar staðið þarna upprétt og beðið eftir honum.

Elle fit alors un petit saut en avant sans que Gregor ne l'entende.

Hún stökk þá létt áfram án þess að Gregor heyrði.

« Enfin ! » s'écria-t-elle en tournant la clé.

„Loksins!“ kallaði hún upphátt um leið og hún sneri lyklinum.

« Et maintenant ? » se demanda Gregor, seul dans l'obscurité.

„Hvað nú?“ spurði Gregor sjálfan sig, einn í myrkrinu.

Il s'aperçut bientôt qu'il ne pouvait plus bouger du tout.

Hann uppgötvaði fljótlega að hann gat alls ekki lengur hreyft sig.

Mais son immobilité ne le surprenait pas vraiment.

En hann var í raun ekki hissa á hreyfingarleysi sínu.

Pouvoir se déplacer sur des jambes aussi fines semblait ridicule.

Að geta hreyft sig á svona þunnum fótum virtist fáránlegt.

Il ne savait pas comment il avait pu y parvenir.

Hann vissi ekki hvernig honum hafði nokkurn tíma tekist að gera þetta.

Mais à part ça, il se sentait relativement à l'aise.

En fyrir utan það leið honum tiltölulega vel.

Il est vrai qu'il ressentait une douleur intense dans tout le corps.

Það er rétt að hann fann fyrir djúpum sársauka um allan líkamann.

Mais la douleur semblait s'atténuer de plus en plus.
En sársaukinn virtist vera að veikjast og veikjast.
Et il avait l'impression que la douleur finirait par disparaître.
Og honum fannst eins og sársaukinn myndi að lokum hverfa.
Il sentait à peine la pomme pourrie dans son dos.
Hann fann varla lengur fyrir rotna eplinu í bakinu.
Il repensa à sa famille avec émotion et amour.
Hann hugsaði til fjölskyldu sinnar með tilfinningum og ást.
Il ressentait les émotions de sa sœur encore plus intensément qu'elle.
Hann fann fyrir tilfinningum systur sinnar enn meira en hún hafði gert.
Elle avait raison ; il devait partir.
Hún hafði rétt fyrir sér með því sem hún sagði; hann varð að fara.
Il passa quelque temps dans cet état désert et paisible.
Hann eyddi um tíma í þessu tóma og friðsæla ástandi.
L'horloge sonna trois fois, doucement mais fermement.
Klukkan sló þrisvar sinnum, lágt en ákveðið.
Gregor fut doucement tiré de ses pensées.
Gregor var varlega dreginn upp úr hugleiðingum sínum.
Il regarda la lumière du matin pénétrer lentement dans sa chambre.
Hann horfði á morgunljósið koma hægt inn í herbergi sitt.
Puis sa tête s'affaissa complètement, malgré lui.
Þá sökk höfuðið alveg niður, án vilja hans.
Et son dernier souffle s'échappa faiblement de ses narines.
Og síðasti andardráttur hans rann máttlaust úr nösum hans.

La femme de chambre est entrée dans sa chambre tôt le matin.
Þjónustustúlkan kom inn í herbergi sitt snemma morguns.
Elle n'a rien trouvé d'inhabituel lors de sa courte visite habituelle.
Hún fann ekkert óvenjulegt í þessari venjulegu stuttu heimsókn.

À bout de forces et dans la précipitation, elle claqua toutes les portes.

Af krafti og flýti skellti hún öllum hurðunum.

Il était impossible de dormir paisiblement dans tout l'appartement.

Enginn friðsæll svefn var mögulegur í allri íbúðinni.

On lui avait demandé d'éviter de faire cela le matin.

Henni hafði verið beðið um að forðast að gera þetta að morgni.

Elle pensait qu'il restait allongé là, immobile, exprès.

Hún hélt að hann lægi þarna svona hreyfingarlaus viljandi.

Peut-être voulait-il lui montrer qu'il était offensé.

Kannski vildi hann sýna henni að hann væri móðgaður.

Elle lui faisait confiance et pensait qu'il était doté d'une intelligence hors du commun.

Hún treysti honum fyrir að vera alls kyns gáfur.

Il se trouve qu'elle tenait le long balai à la main.

Hún var að halda á langa kústinum í hendinni.

Alors, depuis la porte, elle essaya de chatouiller un peu Gregor.

Svo, frá dyrunum, reyndi hún að kitla Gregor aðeins.

Elle était un peu agacée qu'il ne réponde pas du tout.

Hún varð dálítið pirruð yfir því að hann skyldi alls ekki svara.

Alors cette fois, elle le poussa un peu plus fermement.

Svo ýtti hún aðeins fastar við hann að þessu sinni.

Comme il n'opposait aucune résistance, elle l'examina de plus près.

Þegar hann sýndi enga mótspyrnu leit hún nánar á hann.

Elle comprit rapidement ce qui était réellement arrivé à Gregor.

Hún áttaði sig fljótt á því hvað hafði í raun og veru komið fyrir Gregor.

Elle ouvrit davantage les yeux et siffla pour elle-même.

Hún opnaði augun víðar og flautaði fyrir sjálfri sér.

Mais elle n'a pas tardé à ouvrir la porte.

En hún eyddi ekki löngum tíma áður en hún opnaði dyrnar.

Et elle cria d'une voix forte dans l'obscurité :

Og hún kallaði hárri röddu út í myrkrið:

«Viens voir, il est là, complètement mort.»

"Komdu og skoðaðu, þarna liggur það, alveg dautt."

Les deux parents étaient assis bien droits dans leur lit conjugal.

Foreldrarnir tveir sátu uppréttir í hjúskaparrúminu sínu.

Il leur fallait d'abord surmonter le choc du bruit.

Fyrst þurftu þau að yfirstíga höggið frá hávaðanum.

Mais peu à peu, ils ont commencé à comprendre son message.

En svo fóru þau hægt og rólega að skilja boðskap hennar.

Monsieur et Madame Samsa ont chacun sauté de leur côté du lit.

Herra og frú Samsa stukku hvort út úr sinni hliðinni á rúminu.

M. Samsa jeta l'épaisse couverture sur ses épaules.

Herra Samsa breiddi þykka teppið yfir axlir sér.

Et Mme Samsa sortit vêtue uniquement de sa chemise de nuit.

Og frú Samsa kom út í engu nema náttkjólnum sínum.

C'est ainsi qu'ils entrèrent dans la chambre de Gregor.

Og þannig komust þau inn í herbergi Gregors.

Entre-temps, la porte du salon s'était également ouverte.

Á sama tíma hafði einnig hurðin inn í stofuna opnast.

Grete y dormait depuis l'emménagement des locataires.

Grete hafði sofið þar síðan leigjendurnir fluttu inn.

Elle était entièrement habillée comme si elle n'avait pas dormi du tout.

Hún var fullklædd eins og hún hefði alls ekki sofið.

Son visage pâle semblait également témoigner de son manque de sommeil.

Bleikt andlit hennar virtist einnig bera vitni um svefnleysi hennar.

« Il est mort ? » demanda Mme Samsa en regardant la bonne.

„Er hann dáinn?" spurði frú Samsa og horfði á vinnukonuna.

Elle aurait pu le confirmer en le regardant elle-même.

Hún hefði getað staðfest þetta með því að skoða hann sjálf.

« Je le crois », dit la bonne en ramassant le balai.

„Ég held það," sagði vinnukonan og tók upp kústinn.

Et elle a poussé son corps sur une longue distance à travers le sol.

Og hún ýtti líkama hans langt yfir gólfið.

Mme Samsa fit un mouvement comme si elle voulait l'arrêter.

Frú Samsa hreyfði sig eins og hún vildi stöðva hana.

Mais finalement, elle a laissé la bonne faire glisser Gregor.

En að lokum lét hún vinnukonuna renna Gregor um.

« Eh bien, » dit M. Samsa, « enfin nous pouvons remercier Dieu. »

„Jæja," sagði herra Samsa, „loksins getum við þakkað Guði."

Il fit le signe de croix : tête, poitrine, épaules.

Hann gerði krossmarkið; höfuð, bringa, axlir.

Et les trois femmes suivirent son exemple religieux.

Og konurnar þrjár fylgdu trúarlegu fordæmi hans.

Grete, qui ne quittait pas le cadavre des yeux, dit :

Grete, sem tók ekki augun af líkinu, sagði;

«Regardez comme il est maigre, il n'a pas mangé depuis si longtemps.»

„Sjáðu hvað hann var grannur, hann hefur ekki borðað svo lengi."

« La nourriture que je lui laissais chaque matin restait toujours intacte. »

„Maturinn sem ég skildi eftir handa honum á hverjum morgni var alltaf ósnert."

En fait, le corps de Gregor était complètement plat et sec.

Reyndar var líkami Gregors alveg flatur og þurr.

C'était plus visible maintenant qu'il était au sol.

Þetta var sýnilegra núna þegar hann var kominn á jörðina.

Parce que son corps n'était plus soutenu par ses jambes.

Vegna þess að líkama hans var ekki lengur lyft upp með fótunum.

Et parce que rien d'autre ne venait distraire la vue.

Og vegna þess að ekkert annað truflaði útsýnið.

«Viens avec nous un moment, Grete», dit Mme Samsa.

„Komdu inn með okkur andartak, Grete," sagði frú Samsa.

Un sourire douloureux se dessinait sur ses lèvres lorsqu'elle parlait.

Það var sársaukafullt bros á vörum hennar þegar hún talaði.

Grete les suivit, mais jeta aussi un coup d'œil en arrière au cadavre.

Grete fylgdi þeim á eftir en leit líka um öxl á líkið.

La bonne ferma la porte et ouvrit grand la fenêtre.

Vinnukonan lokaði dyrunum og opnaði gluggann alveg.

Il était encore tôt, l'air était donc normalement froid.

Það var enn snemma, svo loftið var venjulega kalt.

Mais il y avait aussi un mélange de chaleur dans l'air froid.

En það var líka blanda af hlýju í köldu loftinu.

Comme un doux rappel que c'était désormais la fin du mois de mars.

Eins og mjúk áminning um að nú væri komið lok marsmánaðar.

Les trois locataires sortirent alors eux aussi de leur chambre.

Leigjendurnir þrír stigu nú einnig út úr herbergi sínu.

Ils cherchèrent leur petit-déjeuner avec étonnement.

Þau litu undrandi í kringum sig eftir morgunverðinum.

Le petit-déjeuner a été oublié à cause de ce que la femme de chambre a trouvé.

Morgunverðurinn gleymdist vegna þess sem vinnukonan fann.

« Où est le petit-déjeuner ? » grommela l'homme du milieu.

„Hvar er morgunmaturinn?" möglaði miðherrann.

La bonne porta son doigt à sa bouche pour demander le silence.

Vinnukonan setti fingurinn að munninum til að skipa þögn.

Et elle salua les messieurs d'un geste rapide et silencieux.

Og hún veifaði í flýti og hljóðlega til herranna.

La servante fit entrer les trois messieurs dans la pièce.

Þjónninn leiddi þrjá herramenn inn í herbergið.

Et elle a continué à leur expliquer ce qui s'était passé.

Og hún hélt áfram að útskýra fyrir þeim hvað hafði gerst.

Et les trois messieurs se tinrent autour du corps de Gregor.

Og herrarnir þrír stóðu umhverfis lík Gregors.

Les mains dans les poches, ils baissèrent les yeux.
Með hendurnar í vösunum horfðu þau niður.
La lumière du matin inondait désormais complètement la pièce.
Morgunljósið hafði nú fyllt herbergið að fullu.
La porte de la chambre s'ouvrit alors et M. Samsa apparut.
Þá opnaðist svefnherbergishurðin og herra Samsa birtist.
D'un côté se trouvait sa femme, et de l'autre sa fille.
Öðru megin var kona hans og hinu megin dóttir hans.
M. Samsa portait déjà son uniforme.
Herra Samsa var nú þegar í einkennisbúningi sínum.
On pouvait voir qu'ils avaient tous un peu pleuré.
Maður gat séð að þau höfðu öll verið að gráta aðeins.
Grete pressa son visage contre le bras de son père.
Grete þrýsti andlitinu að handlegg föður síns.
« Quittez mon appartement immédiatement ! » ordonna M. Samsa.
„Farið úr íbúðinni minni tafarlaust!" skipaði herra Samsa.
Et il désigna la porte sans laisser partir les femmes.
Og hann benti á dyrnar án þess að sleppa konunum.
« Que voulez-vous dire ? » demanda l'intermédiaire, déconcerté.
„Hvað meinarðu?" spurði miðmaðurinn, undrandi.
Et il fit de son mieux pour sourire gentiment à M. Samsa.
Og hann gerði sitt besta til að brosa blíðlega til herra Samsa.
Les deux autres tenaient leurs mains derrière leur dos.
Hinir tveir héldu höndunum fyrir aftan bak.
Et ils se frottèrent les mains d'impatience.
Og þau nudduðu höndunum saman í eftirvæntingu.
Ils semblaient s'attendre à une violente dispute.
Þau virtust búast við háværum rifrildi.
Mais ils semblaient se réjouir de la dispute à venir.
En þau virtust vera ánægð með komandi rifrildi.
Ils pensaient que le litige tournerait à leur avantage.
Þeir töldu að deilan myndi falla þeim í hag.
« Je maintiens exactement ce que je viens de dire », a répondu M. Samsa.
répondu M. Samsa.

„Ég meina nákvæmlega það sem ég sagði," svaraði herra Samsa.

Il marchait en ligne droite avec ses deux compagnons.

Hann gekk í beinni röð með tveimur félögum sínum.

Et M. Samsa s'est adressé directement à leur responsable.

Og herra Samsa nálgaðist beint leiðtoga þeirra.

Le monsieur resta d'abord immobile, le regard fixé au sol.

Herramaðurinn stóð fyrst kyrr og horfði til jarðar.

Le contenu de sa tête était encore en train de se réorganiser.

Innihald höfuðs hans var enn að raða sér.

« Très bien, nous y allons », dit-il en levant les yeux vers M. Samsa.

„Fínt, við förum," sagði hann og leit upp til herra Samsa.

Une nouvelle humilité semblait l'avoir soudainement envahi.

Ný auðmýkt virtist skyndilega hafa gripið hann.

Et il semblait demander la permission pour cette décision.

Og hann virtist vera að biðja um leyfi fyrir þessari ákvörðun.

M. Samsa ouvrit grand les yeux et hocha légèrement la tête.

Herra Samsa opnaði augun á gátt og kinkaði kolli lítillega.

Les messieurs obéirent immédiatement à son ordre.

Herrarnir hlýddu skipun hans þegar í stað.

Et ils ont effectivement fait de longues enjambées dans le couloir.

Og þau gengu reyndar löng skref inn í ganginn.

Ses amis avaient déjà cessé de se frotter les mains.

Vinir hans voru þegar hættir að nudda sér í höndunum.

Ils avaient écouté le déroulement de la conversation.

Þau höfðu verið að hlusta á hvernig samtalið gengi.

Et maintenant, ils couraient après lui, comme pris de peur.

Og nú hlupu þau á eftir honum, eins og þau væru hrædd.

M. Samsa pourrait encore les isoler de leur chef.

Herra Samsa gæti samt einangrað þá frá leiðtoga sínum.

Ils ont sorti leurs bâtons du récipient.

Þau drógu prikin sín upp úr prikaílátinu.

Et ils s'inclinèrent en silence avant de quitter l'appartement.

Og þau hneigðu sig þegjandi áður en þau yfirgáfu íbúðina.

M. Samsa et les deux femmes sortirent sur le parvis.

Herra Samsa og konurnar tvær stigu út úr forgarðinum.

Mais en réalité, ils n'avaient aucune raison de se méfier de ces hommes.

En í raun höfðu þeir enga ástæðu til að vantreysta mönnunum.

Ils s'appuyèrent sur la rambarde pour vérifier s'ils étaient partis.

Þau hölluðu sér upp að handriðið til að athuga hvort þau væru farin.

Les trois messieurs descendaient effectivement les escaliers.

Herrarnir þrír voru vissulega að fara niður stigann.

Ils disparurent dans un virage de l'escalier.

Í ákveðinni beygju á stiganum hurfu þau.

Puis l'escalier les ramena à la vue.

Og svo færði stiginn þau aftur í sjónmáli.

Ce phénomène d'apparition et de disparition se répétait à chaque étage.

Þetta birtist og hvarf endurtók sig á hverri hæð.

Mais finalement, ils étaient presque arrivés au fond.

En að lokum voru þeir næstum komnir niður á botninn.

Plus ils avançaient, moins ils étaient intéressants.

Því lengra sem þeir fóru, því óáhugaverðari voru þeir.

Tout le monde est rentré à la maison, comme soulagé.

Allir sneru aftur heim, eins og þeir hefðu verið léttir.

Ils décidèrent de profiter de la journée pour se reposer et aller se promener.

Þau ákváðu að nota daginn til að hvíla sig og fara í göngutúr.

Ils estimaient avoir mérité cette pause dans leur travail.

Þeim fannst þau eiga skilið þetta hlé frá vinnunni.

Non seulement ils méritaient cette pause, mais ils en avaient besoin.

Þau áttu ekki bara skilið þessa pásu, þau þurftu á henni að halda.

Ils s'assirent à table pour écrire des lettres d'excuses.

Þau settust niður við borðið til að skrifa afsökunarbréf.

M. Samsa a adressé une lettre d'excuses à sa direction.

Herra Samsa skrifaði stjórnendum sínum afsökunarbréf.

Mme Samsa a écrit sa lettre d'excuses à ses clients.

Frú Samsa skrifaði skjólstæðingum sínum afsökunarbréf.

Et Grete a écrit sa lettre d'excuses à son directeur.

Og Grete skrifaði skólastjóranum afsökunarbréf sitt.

Pendant qu'ils écrivaient tous, la bonne entra dans la pièce.

Meðan þau voru öll að skrifa kom vinnukonan inn í herbergið.

Son travail du matin était terminé, elle rentrait donc chez elle.

Morgunverkinu var lokið, svo hún ætlaði heim.

Les trois écrivains hochèrent d'abord la tête, sans lever les yeux.

Rithöfundarnir þrír kinkuðu fyrst kolli án þess að líta upp.

Mais la bonne ne semblait pas encore vouloir partir.

En vinnukonan virtist ekki vilja fara alveg strax.

Elle attendit un peu, jusqu'à ce que les trois écrivains lèvent les yeux.

Hún beið aðeins, þar til rithöfundarnir þrír litu upp.

« Eh bien ? » demanda M. Samsa, en colère, comme l'étaient les autres.

„Jæja?" spurði herra Samsa, reiður, eins og hinir.

La bonne se tenait sur le seuil, un sourire aux lèvres.

Þjónustustúlkan stóð í dyrunum með bros á vör.

Elle donnait l'impression d'avoir de bonnes nouvelles à annoncer.

Hún gaf þá mynd að hún hefði góðar fréttir að færa.

Mais elle n'allait pas partager la nouvelle à moins qu'on ne le lui demande.

En hún ætlaði ekki að segja frá fréttunum nema hún væri beðin um það.

La plume d'autruche dressée sur son chapeau oscillait légèrement.

Upprétta strútsfjaðurinn á hattinum hennar sveiflaðist lítillega.

Cette plume d'autruche avait toujours agacé M. Samsa.

Þessi strútsfjöður hafði alltaf pirrað herra Samsa.

« Alors, que voulez-vous ? » demanda Mme Samsa, d'un ton ferme.

„Svo, hvað viltu þá?" spurði frú Samsa ákveðin.

La bonne avait encore beaucoup de respect pour Mme Samsa.

Vinnukonan bar enn mikla virðingu fyrir frú Samsu.

« Oui », répondit-elle, et elle éclata d'un rire amical.

„Já," svaraði hún og brast í vingjarnlegan hlátur.

Un instant, son rire l'empêcha de parler.

Um stund stöðvaði hláturinn hana í að tala.

« Tu n'as pas à t'inquiéter pour ce qui se passe chez le voisin. »

„Þú þarft ekki að hafa áhyggjur af þessu hérna við hliðina."

« J'ai déjà prévu comment nous allons nous en débarrasser. »

„Ég er búinn að ákveða hvernig við losnum við þetta."

Mme Samsa et Grete continuèrent à écrire leurs lettres.

Frú Samsa og Grete héldu áfram að skrifa bréfin sín.

Mais M. Samsa remarqua que la bonne n'avait pas encore terminé.

En herra Samsa tók eftir því að vinnukonan var ekki búin enn.

Elle voulait maintenant tout décrire plus en détail.

Nú vildi hún lýsa öllu nánar.

Mais il tendit la main pour repousser ses avances.

En hann rétti út höndina til að hafna tilraunum hennar.

Elle s'est rendu compte qu'ils n'étaient pas intéressés par ses projets.

Hún áttaði sig á því að þau höfðu engan áhuga á áformum hennar.

Et puis elle se souvint de la grande précipitation dans laquelle elle avait été.

Og þá mundi hún eftir þeim mikla flýti sem hún hafði verið í.

« Ciao alors », dit-elle, insultée par ce manque d'intérêt.

„Jæja þá," sagði hún, móðguð yfir áhugaleysinu.

Mais avant de partir, elle a claqué la porte très fort.

En áður en hún fór skellti hún hurðinni hræðilega fast.

« Elle sera licenciée ce soir », a déclaré M. Samsa.

„Hún verður rekin í kvöld," sagði herra Samsa.

Mais sa femme et sa fille étaient trop occupées pour lui répondre.

En kona hans og dóttir voru of upptekin til að svara honum.

Parce que la bonne avait troublé leur paix nouvellement acquise.

Vegna þess að vinnukonan hafði raskað nýfengnum friði þeirra.

La mère et la fille se levèrent pour aller à la fenêtre.

Móðirin og dóttirin stóðu upp til að ganga að glugganum.

Et, enlacés, ils restèrent là.

Og með faðminn hvort um annað dvöldu þau þar.

M. Samsa se tourna sur sa chaise pour les regarder.

Herra Samsa sneri sér við í stólnum sínum til að horfa á þau.

Et pendant un moment, il les observa en silence, immobiles là.

Og um stund horfði hann hljóðlega á þau standa þar.

Finalement, il leur cria : « Viendrez-vous à moi ? »

Loksins kallaði hann til þeirra: „Viltu koma til mín?“

«Oublions tout ça, d'accord ?»

„Við skulum gleyma öllu þessu gamla dóti, er það ekki?“

«Viens à moi et accorde-moi un peu d'attention.»

"Komdu til mín og gefðu mér smá athygli þína."

Les deux femmes firent ce qu'il leur avait dit et se précipitèrent vers lui.

Konurnar tvær gerðu eins og hann sagði og hlupu til hans.

Ils lui ont fait une accolade affectueuse et l'ont embrassé.

Þau faðmuðu hann hlýlega og kysstu hann.

Ils retournèrent rapidement pour terminer la rédaction de leurs lettres.

Þau sneru fljótt aftur til að klára að skrifa bréfin sín.

Puis, tous les trois, ils quittèrent l'appartement ensemble.

Síðan yfirgáfu þau þrjú íbúðina saman.

Ils n'étaient pas sortis ensemble depuis des mois.

Þau höfðu ekki farið út úr húsi saman í marga mánuði.

Et ils prirent le tramway jusqu'à la périphérie de la ville.

Og þau tóku sporvagninn út í úthverfi borgarinnar.

Ils avaient toute la rame du tramway pour eux seuls.

Þau höfðu allan sporvagninn út af fyrir sig.

La lumière du soleil inondait la pièce par la fenêtre.

Sólskinið streymdi inn um gluggann að utan.

La famille se cala confortablement dans ses sièges.

Fjölskyldan hallaði sér þægilega aftur í sætunum sínum.

Et ils ont discuté de leurs perspectives d'avenir.

Og þau ræddu um framtíðarhorfur sínar.

À y regarder de plus près, leurs perspectives n'étaient pas mauvaises.

Við nánari skoðun voru horfur þeirra ekki slæmar.

Tous les trois occupaient des emplois qui leur permettraient de gagner davantage.

Öll þrjú höfðu störf sem gátu gefið þeim meiri möguleika á að afla sér meiri tekna.

Ils ne s'étaient jamais interrogés l'un sur l'autre concernant leur travail.

Þau höfðu aldrei spurt hvort annað um vinnuna sína.

Mais maintenant, ils avaient enfin le temps de discuter de ces choses-là.

En nú höfðu þau loksins tíma til að ræða slíka hluti.

Ils avaient également la possibilité de déménager dans un appartement plus petit.

Þau höfðu einnig möguleika á að flytja í minni íbúð.

Cela aurait le plus grand impact sur leur vie.

Þetta hefði mest áhrif á líf þeirra.

Leur appartement actuel avait été choisi par Gregor.

Gregor hafði valið núverandi íbúð þeirra.

Mais maintenant, ils pourraient déménager dans un endroit plus abordable.

En nú gætu þau flutt einhvers staðar sem er hagkvæmara.

Un appartement plus petit, mais dans un endroit plus pratique.

Minni íbúð, en samt hagnýtari.

Parler de l'avenir a redonné vie à Grete.

Að tala um framtíðina gerði Grete líflegri á ný.

Monsieur et Madame Samsa ont également remarqué d'autres changements chez elle.

Herra og frú Samsa tóku líka eftir öðrum breytingum á henni.

Ses joues étaient devenues pâles à cause de tous ses soucis.

Kinnar hennar voru orðnar fölar af öllum áhyggjunum.

Mais à présent, leur fille s'épanouissait et devenait une femme remarquable.

En nú var dóttir þeirra að blómstra og verða að glæsilegri konu.

C'était vraiment une belle et jolie jeune femme, maintenant.

Hún var nú sannarlega vel byggð og glæsileg ung kona.

Ses parents se turent et admirèrent leur fille.

Foreldrar hennar þögnuðu og dáðust að dóttur sinni.

Ils échangèrent un regard, communiquant inconsciemment.

Þau litu hvort á annað og ræddu ómeðvitað saman.

« Il sera bientôt temps de lui trouver un homme bien. »

„Það verður brátt kominn tími til að finna góðan mann handa henni.“

Le tramway était arrivé à destination et avait ralenti.

Sporvagninn var kominn á áfangastað og hægði á sér.

Leur fille semblait confirmer leurs nouveaux rêves.

Dóttir þeirra virtist staðfesta nýju drauma þeirra.

Elle fut la première à se lever et à étirer son jeune corps.

Hún var fyrst til að standa upp og teygja unga líkama sinn.